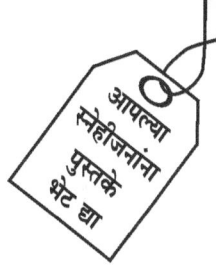

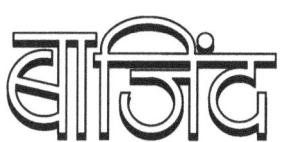

आपल्या स्नेहीजनांना पुस्तके भेट द्या

वाजिंद

पैं. गणेश मानुगडे

AA000771

मेहता पब्लिशिंग हाऊस

All rights reserved along with e-books & layout. No part of this publication may be reproduced, stored in a retrieval system or transmitted, in any form or by any means, without the prior written consent of the Publisher and the licence holder. Please contact us at **Mehta Publishing House,** 1941, Madiwale Colony, Sadashiv Peth, Pune 411030. © +91 020-24476924 / 24460313
Email : info@mehtapublishinghouse.com /
production@mehtapublishinghouse.com / sales@mehtapublishinghouse.com
Website : www.mehtapublishinghouse.com

◆ *या पुस्तकातील लेखकाची मते, घटना, वर्णने ही त्या लेखकाची असून त्याच्याशी प्रकाशक सहमत असतीलच असे नाही.*

BAJIND by Pahilwan GANESH MANUGADE

बाजिंद : पै. गणेश मानुगडे / कादंबरी

© पै. गणेश मानुगडे
   रामानंदनगर, रेल्वे स्टेशनसमोर, किर्लोस्करवाडी, सांगली – ४१६३०८

प्रकाशक   : सुनील अनिल मेहता, मेहता पब्लिशिंग हाऊस,
            १९४१ सदाशिव पेठ, माडीवाले कॉलनी, पुणे – ३०

मुखपृष्ठ   : अनिल उपळेकर
प्रथमावृत्ती : मार्च, २०१७ / जुलै, २०१७ / पुनर्मुद्रण : जानेवारी, २०१८

P Book ISBN 9789386454577
E Book ISBN 9789386454560
E Books available on : play.google.com/store/books
                        m.dailyhunt.in/Ebooks/marathi
                        www.amazon.in

१

रायगडाच्या डोंगरदरीत धनगरवाडी हे खूप जुने गाव.
सखारामचा जन्म याच गावचा.
स्वराज्याची राजधानी म्हणून शिवाजी महाराजांनी रायगड निवडला आणि आसपासच्या छोट्या छोट्या खेड्यांचं सोनं झालं.
जीवन स्थिर झालं.
नाहीतर कोण कुठला विजापूर, दिल्लीचा बादशहा कुठल्या सरदाराला पाठवून गावाची राखरांगोळी करेल सांगता येत नव्हते.
रायगड किल्ल्यावर टकमक टोक नावाचा एक प्रचंड सुळका आहे. या सुळक्यापासून खाली हजारो फूट खोल दरी आहे.
टकमक टोकाच्या बरोबर खाली बाजूच्या दहा कोसावर दाट जंगलात धनगरवाडी हे गाव.
स्वराज्याशी फितुरी करणारे हरामखोर टकमकावरून खाली फेकले जायचे तेव्हा हजारो फूट खाली धनगरवाडी जवळ पडायचे.
अक्षरश: चिखल व्हायचा त्यांच्या देहाचा.
काही दिवस कोल्ह्या-कुत्र्यांची मेजवानी झाली; पण जंगली जनावरांचा सुळसुळाट झाला त्यामुळे.
जंगलातील जनावरं माणसाच्या रक्ताला चटावली आणि मग जेव्हा टकमकावरून कोणी हरामखोर खाली येईना, त्यावेळी भुकेने कासावीस होणारी जनावरे शेजारच्या धनगरवाडीत हल्ले करू लागली.
शे-दोनशे घरट्यांचे गाव त्यामुळे भयभीत झाले.
म्हणून गावचा कारभारी असलेला सखाराम हे गाऱ्हाणे घेऊन रायगडावर सरकार दफ्तरी सांगायला निघाला.
सोबत तीन जिवलग जोडीदार घेऊन दिवस उगवायला तो घरातून बाहेर पडायच्या बेतात होता.

सखारामच्या दोन बायका होत्या, राधिका आणि अंबिका.
दोघींचा पण सखारामवर जीव होता.
राधिकेला मूलबाळ नसल्याने पाचाड पलीकडच्या धनगरवाडीवरच्या नातलगांची मुलगी अंबिका त्या घरात सखारामची कारभारीण बनून आली.
अंबिकाला मुलगा झाला.
वंशाला दिवा झाला म्हणून आवडीने बाळकृष्ण नाव ठेवले.
बाळकृष्णाला बाळ्या म्हणून सगळी हाक मारत होती.
बघता बघता बाळ्या पाच-सहा वर्षाचा झाला.
बाळ्याचे वडील सखाराम अंगापिंडांने मजबूत गडी.
शेजारच्या वाड्यावस्त्यांत सर्वांच्या मदतीला धावून जाणारा सखाराम कारभारी म्हणूनच काम करत होता.
गावातील सारे लोक धनगर.
मेंढ्या, शेळ्या चरायला नेणे, कोंबड्या पाळणे, जंगलातून लाकूड तोडून आणणे हा सर्वांचा प्रमुख उद्योग.
गावातल्या ज्या कुटुंबाकडे शेळ्या-मेंढ्या जास्त तो गावचा सावकार माणूस.
सखारामकडे ७०० मेंढ्या, ३०० शेळ्या आणि २०० कोंबड्या होत्या.
सर्वांत जास्त जितराब असल्याने तो गावचा सावकार पण होता.
गेल्या पाच-दहा वर्षांत बादशाही आक्रमणे महाराजांच्यामुळे बंद झाली; पण टकमकवरून खाली येणारी 'मढी' हे नवे दुखणे रायगड परिसराला जडले. वर स्वर्गात डोके खुपसून महाराष्ट्राला सुखी करणारा रायगड, खाली मात्र नरकयातना देत असे. कित्येक वेळा अनेकांनी रायगडावर जाऊन ही बातमी सांगितली होती; पण दखल घ्यायलाच कोणी नव्हतं, म्हणून सखाराम हे गाऱ्हाणे घेऊन खुद्द महाराजांना भेटायला निघाला होता.
त्याचे कारण पण तसे गंभीर होते.
पावसाळा नुकताच संपला होता. सारा रायगड परिसर हिरवागार शालू नेसून नटल्यासारखा झाला होता.
जनावरांना वैरण-पाणी मोप मिळत होते.
सखारामचा बाळ्या सकाळी उठून टकमकाच्या खाली शेळ्या घेऊन जायला निघाला होता.
सखारामने त्याच्या सोबतीला घरच्या चाकराला पांडूला पाठवून दिले.
परवाच्या मध्यरात्रीला टकमकाच्या बाजूने एका माणसाचा जिवाच्या आकांताने किंचाळण्याच्या आवाज आला होता. त्या आवाजाने सारा वाडा जागा झाला होता.

अजून एक मराठेशाहीचा फितूर, गद्दार बहुतेक टकमकवरून खाली आला असणार हा अंदाज सर्वांनी बांधला होता. सकाळी जाऊन सखाराम पाहून आला होता; पण ते मढं कुठं नजरेस पडलं नव्हतं.

त्या दिवशी बाळ्या शेळ्या हिंडवायला गेला होता, माघारी येता येता संध्याकाळ होत आली. दाट जंगलात भुकेने व्याकूळ दोन वाघ ते परवाचं मढं तोडून खात होते, हे दुरूनच पाहून बाळ्याला घेऊन पांडू वाड्याकडे धावत सुटला.

तितक्यात एका फांदीला पाय अडकून पांडू खाली पडला. मावळतीच्या बाजूला एक काळाकभिन्न मनुष्य हातात मजबूत काठी घेऊन, गळ्यात चांदीची पेटी घालून पांडू आणि बाळ्याकडे पाहून हसत उभा असलेला त्यांना दिसला.

२

पांडू आणि बाळ्या धडपडत उठले.

शेळ्या, मेंढ्या तिथेच सोडून जीवाच्या आकांताने धावू लागले.

धापा टाकत ते वाड्यात पोहोचले आणि जोरजोरात सखाराम कारभाऱ्याला हाक मारू लागले .

त्यांचा आरडाओरडा ऐकून सारे गाव जमा झाले. घडलेली हकिकत त्यांनी सखारामला सांगितली.

सखाराम आणि गावकऱ्यांनी आता ही गोष्ट रायगडावर जातीने सांगून याचा बंदोबस्त केला पाहिजे, असे मनोमन योजले होते.

सर्व गावकऱ्यांच्या मनात भीतीने काहूर माजले होते. काहीही करून या जनावरांचा बंदोबस्त झालाच पाहिजे, असे सर्वांना वाटले.

रात्री झोपताना बाळ्या अंबिका आईला घडलेली सर्व कहाणी सांगू लागला आणि सांगता सांगता त्याला एकदम आठवले की आपण जिथे फांदीत पाय अडकून पडलो होतो तिथे एक काळाकभिन्न माणूस आपल्याकडे पाहत उभा होता. त्याने ही हकिकत सखारामला सांगितली.

निर्मनुष्य टकमक दरीच्या खाली, आपल्या वाड्यावरच्या मेंढपाळ गड्याव्यतिरिक्त दुसरा मनुष्य कसा येऊ शकतो याचे सर्वांना नवल वाटले.

असेल कोण तरी गुराखी, जो वाट चुकून तिथे आला असावा, असे म्हणत सखारामने विषय टाळला आणि सकाळीच रायगडच्या वाटेला निघायचे असे ठरवून सोबत कोणाकोणाला न्यायचे, हे जाहीर करत सर्वांना तयारीचे आदेश दिले.

वाड्यावरचे त्याचे लहानपणाचे मैतर मल्हारी, सर्जा आणि नारायण यांना घेऊन जायचे नक्की झाले.

तिघेही अंगाने मजबूत आणि एका विचाराचे होते. सखारामवर त्यांचा फार जीव होता. उद्याची सारी तयारी झाली आणि ती रात्र भूतकाळात जमा झाली.

सकाळच्या पहिल्या प्रहरी कोंबड्याने पहिली बांग दिली.

सखारामच्या दोन्ही कारभारनी लवकर उठून स्वयंपाकाला लागल्या.

पहाटेच्या धुक्यात रायगड खूपच सुंदर दिसत होता. टकमकापासून वरचा सारा भाग धुक्यात झाकून गेला होता.

दुरून पाहिले की एखादा पहिलवान पांढरी कानटोपी घालून बसल्या बसल्या गुडघ्यात मान खुपसून डुलकी काढत आहे, असा भास होत होता.

राधिकेने कोंबड्याच्या डालगीचे झाकण काढले आणि आत विसावा घेणाऱ्या कोंबड्या बाहेर पडल्या. त्या कोंबड्यांचे आवाज ऐकून गावातील इतर घरांतील खुराड्यातील कोंबड्या जोरात ओरडू लागल्या.

सखारामने भरडलेल्या नाचणीच्या पोत्यातून काही नाचणी काढून अंगणात टाकली तशी कोंबड्यांचे थवे त्यावर तुटून पडले.

लहान लहान कोंबड्या तर सखारामच्या खांद्यावर, डोक्यावर बसल्या. सखारामने त्या बाजूला करत अजून काही नाचणी टाकली.

समोरच्या शेळ्यांच्या कुंपणात शेळ्या-मेंढ्यासुद्धा आशेने त्याच्याकडे बघत होत्या. समोर असलेली गवताची गंजी सोडून त्यांच्याही चारापाण्याची सोय त्याने केली. गोठ्यातल्या गाई, म्हशी, बैलांना चारा टाकला.

एव्हाना तांबडं फुटायला लागलं होतं.

सोबत येणारे मैतर अंगावर घोंगडं, खांद्यावर भाकरीची झोळी आणि फरशी कुऱ्हाड घेऊन सखारामच्या दारात हजर झाले.

सखारामने न्याहारी आटोपली. स्वत:च्या अन् साथीदारांच्या कपाळाला भंडारा लावला आणि राधिका, अंबिकाला सांगून ते जायला निघाले. नारळाच्या काथ्यापासून बनवलेले जाड गोणपाट निमुळते करत पावसापासून वाचण्यासाठी त्याचे गोंचे करून चौघांनी डोक्यावर घेतले होते.

एव्हाना बारीक रिमझिम सुरू झाली होती.

सोबत असावा म्हणून एक घोडा चौघांत घेतला. जेवणाची थैली त्यावर बांधत सखारामने एकवार टकमक टोकाकडे पाहिले.

सखारामला आठवले, की शेवटच्या वेळी शिवाजीराजे भोसल्यांच्या राज्याभिषेकाला रायगडावर जाऊन खुद्द महाराज पाहिले होते.

सरसर भूतकाळ त्याच्या नजरेपुढे येऊ लागला.

आजवर ज्याचं नुसतं नावच ऐकून लहानाचा मोठा झालो तो शिवाजी त्या दिवशी राजा झाला होता.

जावळीच्या मोरे आणि पुण्याच्या भोसल्यांच्या दंग्यात रायरी परिसर एकेकाळी हादरून गेला होता. महाबळेश्वरपासून ते महाडपर्यंतचा पूर्ण दाट जंगलजाळीचा

पट्टा जावळीकर मोऱ्यांच्या ताब्यात होता. काय घडले देव जाणे, पण एके दिवशी भगवे झेंडे घेतलेले हजारो हशम रायगडाला भिडले आणि तेव्हापासून ते आजवर कधीही रायगड परिसराला अवकळा लागली नव्हती. सर्व काही आनंदात होते. महाराजांनी पाण्यासारखा पैसा ओतून हा रायरीचा किल्ला रायगड केला होता. त्यावेळी आमच्या वाड्यानेच जंगलातल्या वाटा, चोरवाटा महाराजांच्या फौजेला दाखवून दिल्या होत्या.

आणि एक दिवस महाराज राजे झाले होते.

मुठीत मावेल तितकं सोनं महाराज सर्व रयतेला वाटत होते. एक नाहीतर दोन क्षण त्या महाराष्ट्राच्या महादेवाचे दर्शन झाले होते.

टकमकाकडे पाहत सखाराम हे सारे आठवत होता.

सर्वजण जायला निघाले. वाड्यापासून टकमकाच्या खालूनच रायगडाच्या चीत दरवाज्याकडे जायला वाट होती. वाटेत महाराजांचे मोर्चे, मेटे होतेच; पण या असल्या मुसळधार पावसात तिथे कोण असेल का नाही सांगता आलं नसतं.

मल्हारी, सर्जा, नारायण आणि सखाराम हे चौघे वाड्यातून निघाले.

वर रिमझिम पाऊस होता; पण गोंच्यामुळे डोक्याला न लागता बारीक तुषार तोंडावर पडत होते. जेवण भिजू नये म्हणून त्यावर घोंगडे टाकले होते.

मल्हारीने घोड्याचा लगाम पकडला अन् चौघे चिखल तुडवत टकमक दरीकडे चालत निघाले. साधारण दोन प्रहर चालून झाले. सूर्य चांगलाच वर आला.

एखाद दोन कोसावर टकमक दरी येईल, असा अंदाज लागला आणि चौघांच्याही अंगावर शहारा आला.

एक प्रकारची अनामिक भीती होती मनात.

आजवर इतकी माणसे वरून खाली आली, काय झाले असावे त्यांचे?

माणूस मेल्यावर नक्की जातो कुठे?

इतक्या वरून पडल्यावर किती बेकार जीव जात असेल एकेकाचा.

चौघांच्याही डोक्यात अनामिक भीती होतीच. तितक्यात टकमकावरून आणखी एक आकाश-पाताळ भेदणारी जीवघेणी किंकाळी ऐकू आली.

चौघेही सावध होऊन वर पाहू लागले. टकमकावरून आज आणखी कोणाचा तरी कडेलोट झाला होता. भीतीने सर्वांग थरारून उठले. आवाज हळूहळू मोठा झाला. अवघ्या काही अंतरावर धप्प असा आवाज झाला तेव्हा जंगलाच्या दाट जाळीत ते मढं पडलं आहे याचा चौघांनाही अंदाज आला. चौघेही एकमेकांकडे पाहू लागले. खूप विचार करून उसन्या अवसानानं सखाराम बोलला, 'गड्यांनो, आपण ते कोण आहे बघून येऊया का रं...?'

३

मल्हारी, सर्जा आणि नारायण प्रश्नार्थक मुद्रेने सखारामकडे पाहू लागले. सारा गाव ज्या गोष्टीमुळे गेली कित्येक वर्षे भीतीच्या दडपणाखाली आहे, त्या गोष्टीला जवळून पाहू या, असं हा कसा काय म्हणत असेल हा प्रश्न तिघांना पडला.

तिघांच्याकडे पाहत सखाराम म्हणाला,

'अरे, आजवर घर-संसार पाहतच आलोय आपण. देवाच्या दयेने आसपासच्या बारा वाड्यांत चांगलं नाव हाय आपलं. ही असली मेलेली मढी किती दिस भ्या घालणार आपणाला? हे बगा, खंडोबाचा भंडारा लावलाय आपण भाळाला. जरा धीर धरून ते मढं बघूया, म्हणजे वर गडावर गेल्यावर बोलायला तोंड मिळंल आपल्याला. राजा देवमाणूस हाय आपला, आपलं संकट नक्की तेच्या ध्यानी येईल. चला, खंडेरायाचं नाव घ्या आणि या माझ्या मागं...!'

सखारामच्या असल्या बोलण्याने तिघांनीही धारिष्ट्य केले आणि मान हलवून टकमक दरीकडे पाय वळवले.

एव्हाना रिमझिम पाऊस थांबून कोवळे ऊन अंगावर पडू लागले होते.

घोड्याला पण उन्हामुळे चांगली ऊब मिळत होती, तो पण मनोमन सुखावला होता.

रायगडची उंची स्वर्गाला भिडली होती.

वरून पडणारा पाण्याचा थेंब न् थेंब सरळ खाली येत होता.

धबधबणारे पाणी ओढ्यात मिळून छोटे छोटे नाले तुडुंब भरून वाहत होते. कातडी पायताण पाण्याने आणि चिखलाने जास्तच जड झाल्याने चौघांनी ते काढून मधोमध कासरा बांधून घोड्याच्या पाठीवर बांधले आणि एका मोठ्या चिंचेच्या झाडाला घोडा बांधून, कुऱ्हाडी आणि घोंगडे अंगावर घेऊन ते ओढ्यातून वाट काढत टकमक दरीकडे निघाले.

चौघेजण ओढ्यातून पुढे पुढे जाऊ लागले. चांगले मध्यावर गेले आणि चिंचेला

बांधलेला घोडा दोन्ही पाय वर करत जोरजोराने खिंकाळू लागला.

काय होतंय चौघांना कळेना. आसपास पाहिले तर गार वाऱ्याशिवाय चिटपाखरू पण नव्हतं; मग ह्येला काय झालं ओरडायला समजेना.

त्याने हिसका मारून लगाम, दावे तोडले आणि सुसाट वेगाने बाजूच्या जंगलात पळून गेला.

घोड्याच्या या विलक्षण वागण्याने नारायण मात्र पुरता घाबरला. तो म्हणाला, 'गड्यांनो, मला काय लक्षण ठीक दिसंना...यो घोडा आजवर असा कवाच वागला नाय. माझं ऐका, मागं फिरूया. चारदोन दिसानं पाचाडला सांगावा धाडून सगळी हकिकत महाराजांच्या खासगीत सांगू या; पण आत्ता बाहेर पडू या!'

सखाराम त्यावर रागात बोलला, 'महाराजांची खासगी तुझ्यासारख्याचं ऐकून घ्यायलाच बसली हाय जणू. सारा महाराष्ट्र सांभाळायचा हाय त्यांसी. तुझ्या घोड्यानं साप-पान बघितलं असंल म्हणून तो गेला पळून. दरीकडं जाऊन लवकर मागं येऊन त्याला शोधूया. चला पाय उचला लवकर!'

सारे जण त्या भयाण ओढ्यातून पुन्हा चालू लागले.

चांगलं छातीपर्यंत पाणी आलं आणि पाण्याचा जोर जाणवू लागला.

चौघांनी एकमेकांना हात देऊन कडं केलं.

ओढ्याच्या बरोबर मध्यावर आले तसं वाघाच्या एका गगनभेदी डरकाळीने पावसाने गारठून अंग चोरून बसलेली चिमणीपाखरं आभाळात उडू लागली आणि चौघांच्या अंगावर भीतीने शहारे आले. ओढ्याच्या पाण्याच्या वेगाने चौघांची हाताची कडी तुटली आणि ते धारेच्या दिशेने वाहू लागले.

जो तो आता जीव वाचवायचा प्रयत्न करू लागला.

मल्हारी पूर्वी महाडला सुभेदार तानाजी मालुसरे यांच्या तालमीत तीन-चार वर्षे राहून आलेला गडी होता.

सिंहगड लढाईत सुभेदार गेलं आणि तालमीतल्या पहिलवानांवर उपासमारीची वेळ आली. म्हणून त्याने कुस्तीला रामराम ठोकून गाव गाठला;

पण त्या कुस्तीमुळे पुरात पोहायचे कसे त्यांला चांगलेच ठाऊक होते. त्याने सर्वांना ओरडून सांगितले, की काठावर असलेल्या वडाकडे बघत पोहा.

पुरात जर फसला तर हात-पाय हलवून काय उपयोग नसतो..अशा वेळी एक करायचं, की काठावर असलेलं कोणतंही मोठं झाड त्याकडे लक्ष देत तिरकस पोहत पोहत जायचं...पाण्यात साप, विंचू, काटे काहीही येवो लक्ष द्यायचं नसतं...चौघेही पुराची धार तोडून एका महाकाय वडाच्या झाडाजवळ पोहोचले.

चिंब भिजलेल्या चौघांच्या कुऱ्हाडी पाण्यात वाहून गेल्या होत्या.

घशात पाणी गेलं होतं. त्यामुळे चौघेही ठसके देत देत काठावर दम खात पहुडले.

दम कमी झाल्यावर सखाराम सावध झाला आणि मल्हारी, नारायण, सर्जा कुठे आहेत ते पाहू लागला.

हाकेच्या अंतरावर तिघेही दम खात पहुडले होते.

सावकाश तिघांच्या जवळ जाऊन त्यानं त्यांना सावध केलं.

नारायण, दम खात बोलला. 'तुम्हाला म्या सांगत हुतो, आरं जनावरं ते बघू शकत्यात जे तुम्हाला आमाला दिसत नसतया... खंडेरायाचा आशीर्वाद म्हणून वाचलो; पण आता हिकडं वाघाची डरकाळी ऐकली नव्हं, आता काय करायचं?'

सखारामने धीर देत त्याला सांगितले, 'अरे नको काळजी करू. या सगळ्या भाकडकथा आहेत.'

तस असतं तर ३५० वर्षे महाराष्ट्र गुलामगिरीत राहिलाच नसता. देव देवरस पण काय कमी होतं काय आपल्याकडं?

पण शिवाजीराजानं तलवारीच्या जोरावर संपवली गुलामगिरी. विचारांची गुलामगिरी कवा संपणार आपली देव जाणे! चला. धीर धरा. वाड्या जवळची सगळी घरटी आपल्या चौघांच्या नजरेला नजर लावून बसली असतील...या असल्या फालतू गोष्टीला भिऊन बसला तर शेण घालतील लोक आपल्या तोंडात. उठा बिगीनं आणि चला.

सखारामच्या धीराच्या बोलण्याने तिघांनाही ऊर्जा मिळाली. चौघेजण पुढे चालू लागले.

तो महाकाय वडाचा बुंधा पाहून कोणीही भयकंपित झालं असतं.

त्याच्या त्या विशाल पारंब्या पाहून जणू ब्रह्मराक्षस वाटेत ठाण मांडून बसला असावा असा भास होत होता.

चौघंजण वर टकमक टोकाकडे पाहत दरी कुठे असेल अंदाज बांधत त्या वडाला बगल देऊन चालू लागले.

ओढ्याच्या काठापासून जंगली भाग फारसा दूर नव्हता म्हणायला, म्हणून ते पठार होते; पण सारी जंगली झाडे फार.

एव्हाना सूर्य माथ्यावर आला होता; पण पावसाळी ढगाने इतकी गर्दी केली होती की, संध्याकाळ झाल्याचा भास होत होता.

चौघे आता जंगलात घुसणार इतक्यात वाघाची प्रचंड डरकाळी समोरच्या झाडाझुडपांतून येऊ लागली.

चौघांची सर्वांगें थरारली.

जंगलातील झुडपे हलवत ती श्वापदे बाहेर पडत होती.

किती होती काय माहीत. नक्कीच एक पेक्षा जास्त होती.

आता मात्र सखारामच्या धीराच्या गोष्टी ऐकण्यात नारायण, सर्जा, मल्हारी तिघांनाही रस नव्हता आणि त्या गोष्टी सांगायला सखारामकडेही वेळ नव्हता. आल्या पावली ते वडाच्या झाडाकडे धावू लागले.

डरकाळीचा आवाज मोठा होत गेला आणि सखारामचा पाय फांदीत अडकून सखाराम पडला. नारायणने ते पाहिले. सर्जा व मल्हारीला थांबवत त्याला उचलायला तो गेला तितक्यात ते पावसाने भिजलेले वाघाचे प्रचंड धूड जंगलाबाहेर पडले. त्यापाठोपाठ अजून एक, अजून एक... चौघांचे डोळे विस्फारले आणि हात-पाय गाळून चौघे बसल्या जागी भीतीने गारठून ओरडू लागले.

किमान पाच ते सहा धिप्पाड वाघ छलांग मारत मारत चौघांचा वेध घेत येत होते. चौघांनी जगण्याचा धीर सोडला आणि डोळे मिटून खंडोबाचा धावा सुरू केला. वाघ चवताळत आले. बस्स! आता एकच झेप आणि खेळ संपला. तितक्यात...

सुं.. सुं... सुं....सुं.. एकापाठोपाठ एक बाण वडाच्या झाडामागून कोणीतरी सोडले. वाघांचा वादळी आवेग आणि वाऱ्यासारखा वेग क्षणात कमी झाला. ते बाण बरोबर सखाराम आणि त्या तिघांच्या पुढे काही अंतरावर जमिनीत घुसले. ज्याने ते बाण सोडले त्याकडे भयभीत नजरेने वाघ पाहत, मग आश्चर्याने समोर घुसलेल्या बाणांकडे पाहत ते उठले आणि झटक्यात मागे फिरले. आल्या पावली वाऱ्याच्या वेगाने पुन्हा जंगलात पळून गेले.

चौघांनी डोळे उघडून ते पळून जाणारे वाघ पाहिले.

४

आपल्या बचावासाठी एवढ्या पावसात आणि या दुर्गम जंगलजाळीत कोण आला आहे, याचा कानोसा ते चौघं घेऊ लागले.
तो कोणीही असो, त्यांच्यासाठी देवदूत होता.
हातात धनुष्य घेतलेला एक योद्धा वडाच्या झाडापाशी उभा होता.
सहा साडेसहा फूट उंच, अनवाणी, दोन्ही पायांत काळा दोरा, अंगात धोतर आणि काळा अंगरखा रक्ताळलेला. गळ्यात चांदीची पेटी, कमरेला समशेर व पाठीला ढाल, कमरेला पांढरा शेला बांधला होता, डोक्याला मराठी पद्धतीचे मुंडासे व भव्य कपाळावर भंडारा लावला होता. आग ओकणारे लालभडक डोळे, तरतरीत नाक, कल्लेदार मिश्या, विशी-पंचविशीचा तो तरुण धिप्पाड मल्ल भासत होता.
चेहऱ्यावर एक प्रकारची गंभीरता होती. ओढ्याच्या भिजलेल्या मातीवर तो एक एक पाऊल रोवत त्या चौघांच्याकडे येऊ लागला.
चौघांनाही अनेक प्रश्न पडले होते. कोण असावा हा धीरगंभीर पुरुष?
चौघांनीही धीर एकवटून त्याच्या दिशेने जायला पावले उचलली आणि तितक्यात आभाळातून सरसर धारा बरसू लागल्या.
तो धिप्पाड पुरुष तसाच मागे सरकला आणि वडाच्या ढोलीत थांबत त्या चौघांना तिथे येण्यासाठी खुणावले.
त्याबरोबर ते धावले. एवढ्या मुसळधार पावसातही वाघांच्या डरकाळ्या ऐकू येत होत्या.
चौघेही त्या युवकाजवळ आले. शांततेचा भंग करत सखारामने विचारलं, ‘पाव्हणं, कुण्या गावचं तुमी? लय उपकार झाले बगा तुमचे! माझ्या खंडेरायानेच तुम्हाला हितं पाठवलं बगा. तुमचे लय उपकार झाले.’
सखारामच्या शब्दावर मान डोलवत इतरांनी सुरात सूर मिसळला.
क्षणभर शांतता पसरली. मग त्या युवकाचा धीरगंभीर आवाज ऐकायला

मिळाला. 'कोण तुम्ही?का आला आहात तुम्ही इकडे?' असं विचारताना त्याचे ते अंगार ओकणारे डोळे त्या चौघांवर पडले अन् चौघांनाही काय बोलावे क्षणभर समजेना.
'आम्ही धनगरवाड्याचे! रायगडला निघालो आहोत!' सखाराम बोलून गेला.
'रायगडी? कशासाठी?'
क्षणाचाही विलंब न करता त्या युवकाने प्रतिप्रश्न केला.
मग सखारामने कारण सांगितले.
'टकमकावरून येणाऱ्या मढ्यांच्या मांस-रक्ताला चटावलेले वाघ, जनावरे माणसावर हल्ले करत आहेत..सारे पंचक्रोशीतील गाववाले हैराण आहेत. म्हणून आम्ही हे प्रकरण रायगडच्या सरकारी लोकांच्या कानावर आणि गरज पडली तर महाराजांना भेटून सांगायचे म्हणून घराबाहेर पडलो आहोत.'
'मूर्ख आहात तुम्ही?'
मोठ्या आवाजात तो युवक बोलला, 'तुमचं गाऱ्हाणं ऐकायला असे कधीही भेटतील काय सरकारी अधिकारी आणि महाराज? आणि रायगड सोडून या दरीत का आलाय मरण्यासाठी?'
त्याच्या या प्रश्नाने नारायण बोलला, 'अर कोण रं तू? मगापासून ऐकून घेतोय तुझं. वाघापासून वाचवलं म्हनून तुझं उपकार मानायला लागलो तर आम्हाला कायदा शिकवायला लागलास काय?आधी तू सांग कोन आहेस आनि हे अंगावर रगात कसलं?'
नारायणच्या या बोलण्याने तो युवक थोडा वरमला.
मोठा श्वास घेऊन बोलला, 'मी कोण, हाच प्रश्न जन्मापासून स्वतःला विचारत लहानाचा मोठा झालो आहे. अजून उत्तर सापडत नाही आणि आता सापडून पण उपयोग नाही. खंडोजी नाव माझं.'
महाराजांच्या हेरखात्यात बहिर्जी नाईकांच्या समवेत दहा वर्षं काम केलंय; पण आता भटकतोय या दरीत एकटाच. वाट बघतोय कोणाची तरी.'
खंडोजीच्या या बोलण्याने चौघेही आश्चर्यचकित झाले.
चौघांना चूक झाल्याची जाणीव झाली आणि सखाराम खंडोजीची माफी मागत बोलू लागला,
'माफ करा सरकार! आम्ही गरीब लोक, ह्यो नारायण, ह्यो मल्हारी, ह्यो सर्जा आणि आन म्या सखाराम. मल्हारी पण महाराजांच्या फौजेत हुता. सुभेदार तानाजी मालुसरे यांच्या तालमीत हत्यारे पण शिकत व्हता; पण सिंहगडच्या दंग्यात सुभेदार गेलं आन मग ह्यो परत आला गावाकडं. आमची लय इच्छा व्हती, की राजांच्या फौजेत सामील व्हावं; पण एवढं नशीब कुठलं वो आमचं?

खंडेरायाच्या कृपेनं गावगाडा सांभाळतो आमी. टकमकवरची मढी काढायला कोणाची तरी नेमणूक करा म्हणून सरकारला आर्जव करायला निघालोय आम्ही. तुम्ही नाईकांच्या जवळचे म्हणजे महाराजांच्या पण जवळचेच. आम्ही हात जोडतो. एवढं पुण्य घ्या पदरात! आमची गाऱ्हाणी सांगा सरकार दरबारी.'

चौघांनी खंडोजीला हात जोडले. हातातले बाण खाली टाकत सखारामचा हात पकडत खंडोजी म्हणाला, 'नका हात जोडून अजून पापात पाडू मला. चला मी तुम्हाला मदत करतो.'

खंडोजीच्या आश्वासनाने चौघांना धीर आला.

खंडोजी म्हणाला, 'पण गड्यांनो, मी फक्त तुम्हाला मार्ग दावीन आणि युक्त्या सांगीन. मी स्वत: काय बी करणार नाही. मला कोणीही प्रश्न विचारायचा नाही..मी सांगंल तसं जर वागायचं वचन देत असशीला तर मी या कामात तुम्हाला मदत करीन.'

चौघांनीही मान डोलवली.

खंडोजीने वडाच्या ढोलीत ठेवलेली कानाबरोबर उंचीची काठी काढली आणि चौघांकडे पाहत बोलला, 'चला निघूया, आता जोवर तुमचं काम होत नाही तोवर मागे यायचं नाही.'

चौघांनाही खंडोजीच्या रूपाने आशेचा किरण दिसू लागला.

ते चौघे खंडोजीच्या पाठोपाठ पावले टाकत त्या जंगलात निघाले.

एव्हाना पाऊस बंद झाला होता. सूर्य मावळतीला झुकत निघाला होता.

'मंडळी, इथून तीन कोसावर एक चोरवाट आहे दाट जंगलात; पण गेल्या १५-२० वर्षात तिकडं कोणी फिरकलं नसेल. आपल्याला रात्र काढायला चांगलं ठिकाण आहे. आजची रात्र तिथं काढूया आणि सकाळी दिवस उगवायला रायगडच्या हमरस्त्याला लागूया. मोर्चे, मेटे आडवे आहेत; पण तिकडं गेला तर परवाने, ओळख सगळं विचारतील आणि विनाकारण तुरुंगात पण डांबून ठेवतील, जर ओळख नाही पटली तर. मला ह्यो परिसर घरच्यावाणी आहे. मी तुम्हास्नी निम्म्या वक्तात चित दरवाजा जवळ नेतो आणि मग पुढं काय करायचं मी सांगतोच. चला लवकर पाय उचला.

खंडोजी तरातरा चालू लागला. पायात पायताण नसताना त्याचा चालायचा वेग बघून चौघेही पाहातच राहिले, त्यांना चालणं जमत नव्हतं एवढ्या वेगानं.

अर्ध्या एक तासात एका दाट अरण्यात त्यांचा प्रवेश झाला. झाडाला झाड लागून असावे इतके दाट.

जमिनीवर लाकडे कुजून काळा थर चढला होता, त्यावरून खंडोजीच्या मागे ते निघाले होते.

ते भयानक जंगल बघून मल्हारी बोलला, ‘सखा लेका, हयात गेली मेंढरं चरवण्यात इकडं कधी येनं झालं नाही. कितीतरी येळा जवळनं गेलोय मी, इतकी दाट झाडी आईच्यान सांगतो बघितली नव्हती. ही झाडी कशी काय आली असंल इथं?’

‘गप रं, भिऊन काय बी बरळू नको. महाराजांचा हेर आहे खंडोजी. असंल त्याला गुप्त वाट माहिती..चला गुमान.’

जंगलाच्या मध्यावर येताच जंगली किड्यांची किरकिर अतिशय वाढली. सूर्य मावळतीला गेल्याने पुढचं काही दिसत नव्हतं.

पाऊलवाटेने ते चालत होते. एका वळणावर खंडोजी बाजूला गेला आणि सखाराम पुढे आला तर खंडोजी कुठे नजरेस पडेना.

त्याने मागे पाहिले आणि सर्जा, नारायण, मल्हारीला विचारलं, ‘खंडोजी कुठे गेला?’

तसेच पुढे चालत ते जंगलाच्या मध्यावर एका पडक्या मंदिराजवळ पोहोचले. या इतक्या दाट जंगलात हे मंदिर कुठले असावे, हा प्रश्न चौघांना पडला. पावसाने मंदिराच्या शिखरापर्यंत हिरवे शेवाळ दाटले होते. समोरील दगडी नंदीसुद्धा पावसाने भिजून त्यावर शेवाळाची हिरवी झालर चढली होती.

सखाराम म्हणाला, ‘अरे ह्यो खंडोजी कसा आणि कुटं गेला? आता रं काय करायचं? एक काम करूया. आजची रात्र या मंदिराचा आसरा घेऊया आन उद्या आपण आपलं हमरस्ता हुडकून आपल्या मार्गानं जाऊया.’

तिघांना हे ऐकण्याशिवाय पर्याय नव्हता.

ते चौघे आत शिरले.

ते प्राचीन दगडी मंदिर महादेवाचे होते.

कित्येक वर्षं हे दुर्लक्षित असावं असं वाटलं. पावसाचं पाणी आत थेंब थेंब झिरपत होतं.

नारायण बोलला, ‘चला माझ्या महादेवाच्या गाभाऱ्यात आसरा मिळणार.’ ते मंदिरात घुसणार इतक्यात शेकडो वटवाघळे एकाच वेळी मंदिराच्या बाहेर पडली.

चौघांनी डोळे बंद करून डोळ्यासमोर हात ठेवत मागे पाय घेतले. सर्व वटवाघळे उडून गेली.

आता चौघं पुढे झाले. पूर्ण अंधारात असलेल्या त्या मंदिरात थोड्याच अंतरावर आत निरांजनाचा प्रकाश दिसला.

चौघांनी डोळे विस्फारले. अंगावर काटे आले आणि भीतीने गांगरून गेले. ‘अरे इतक्या पडक्या मंदिरात निरांजन लावायला कोण आले, असा प्रश्न पडून ते

धावत मागे पळणार इतक्यात बाहेर धो धो पाऊस सुरू झाला. आता मंदिराच्या आत प्रवेश करून काय प्रकार आहे, हे पाहिल्याशिवाय पर्याय नव्हता.

धीर धरून ते आत शिरले. धूप, अत्तराचा सुगंध आणि निरांजनाच्या सोनेरी प्रकाशात महादेवाचे शिवलिंग झळाळत होते. उजव्या अंगाला एक जातिवंत, कुळवंत स्त्री फुलांची माळ करण्यात व्यस्त होती.

चौघांचे डोळे विस्फारले. पडके मंदिर, वटवाघळे आणि आत इतकी सुंदर आरास करणारी ही बाई कोण?

मल्हारीची बोबडी वळण्याच्या मार्गावर होती. त्याने सखारामचा हात घट्ट पकडला.

दुसऱ्या क्षणी...त्या स्त्रीचे लक्ष दरवाज्याकडे गेले आणि तिने खुंटीला अडकवून ठेवलेली तलवार उपसून अंधारात लपलेल्या त्या चौघांच्यावर ती रोखत लढाईचा पवित्रा घेत बोलली, 'कोण आहे दरवाज्यात? सरळ पुढं या. नाहीतर खांडोळी करीन.'

५

आभाळात वीज चमकावी तशी त्या स्त्रीच्या आव्हानाने सखाराम व त्याचे मित्र
पुरते गांगरून गेले.

धीर धरून सखाराम एक पाऊल पुढे आला व बोलू लागला,
'आमी धनगरवाडीचे गावकारभारी आहोत. रायगडावर निघालोय. पावसाचा जोर
वाढला म्हणून निवाऱ्याला हिकडं आलो.'

'खोटं नगा बोलू, नायतर एकेकाची खांडोळी करीन. इकडं कोणीही फिरकू
शकत नाही. बिकट चोरवाट फक्त हेरांना ठाऊक आहे, '
ती स्त्री बोलली.

नारायण बोलला, 'महादेवाची आण घेऊन सांगतो, आम्ही स्वत:हून हिकडं नाय
आलो. त्यो खंडोजी म्हणून एकजण भेटला. महाराजांचा हेर आहे म्हणून सांगत
होता.'

'काय?'

'खंडोजी? कुठं भेटला तो तुम्हाला?' ती म्हणाली.

घडलेली सारी हकिकत व ज्या कारणाने ते चौघे रायगडावर निघाले होते ते
त्यांनी त्या स्त्रीला सांगितले.

चौघांची कथा ऐकून तिने तलवार खाली केली आणि चौघांना आत यायला
खुणावलं.

चौघंही आत आले. जवळच्या मडक्यातलं पाणी तिने त्यांना दिलं.

पाणी पिऊन मल्हारीने जड शब्दांत तिला विचारले, 'ताई, एवढ्या भयंकर
जंगलात, या पडक्या देवळात, या असल्या जीवघेण्या पावसात तुम्ही एकल्या
कशा? कोण हाय तुम्ही?'

किंचित स्मितहास्य करत ती बोलू लागली,
'मला सावित्री म्हणतात. महाडचे राजे येसाजीराव शिर्के यांची मी मुलगी.
आमचे वडील आदिलशाहीचे सरदार. शिवाजीराजांनी रायगड जिंकला आणि

आसपासचे सारे आदिलशाहीचे सरदार त्यांना मिळाले, फक्त आमचे वडील सोडून; पण शेवटी त्यांनी पण महाराजांना साथ द्यायचे ठरवले. ही खूप मोठी कथा आहे दादा! वेळ आली की सांगीन.

पण, खंडोजी तुम्हाला कुठं भेटला?

आणि तो कसा आला नाही इकडे? त्यालाच तर शोधायला मी इथवर आले आहे.'

'काय? त्याला शोधायला?' सर्जा बोलला.

'अहो, तो आम्हाला चोरवाट दाखवतो म्हणून हिकडं घेऊन आला आणि स्वत: गायब झाला. कुठं आणि कसा गेला काय माहिती. आमाला फकस्त या रात्री हितं आसरा द्या. सकाळी येरवाळी आमी आल्या पावली निघून जाऊ.'

'का?' सावित्री बोलली, 'अहो, आजवर कोणालाच आम्ही मदत करू शकलो नाही. खंडोजी आणि आम्ही सारे या जंगलात खूप दिवसांपासून दबा धरून आहोत. तुमची मदत करायला आम्हाला आवडेल. इथून फक्त दहा कोसांवर माझ्या वडिलांची फौज आहे. तिथं आपण जाऊया. माझे आबा तुम्हाला मदत करतील. त्यांचा आणि महाराजांचा संबंध खूप जवळचा आहे. मी नेईन सकाळी गुप्त वाटेने तिकडे. तोवर तुम्ही विश्रांती घ्या. मी जरा बाहेर जाऊन येते!'

सखाराम व त्याचे मित्र खूप आनंदले. 'चला खंडेरायाची कृपा! आता तर सरळ शिर्के सरदार आपल्याला मदत करणार म्हणल्यावर काम झालं. गाव आणि बारा वाड्यांचं दु:ख कायमच संपलं. चला, घ्या दर्शन देवाचं आणि झोपा!'

सर्जा, नारायण आणि मल्हारी त्वरित झोपी गेले.

दिवसभर खूप हाल झाले होते त्यांचे; पण सखाराम?

त्याला बिलकुल झोप येईना. उलट त्याचं विचारचक्रे सुरू झालं.

कोण ह्यो खंडोजी? हे जंगल या आधी आम्हाला का नजरेस पडलं नाही? हे मंदिर जर एवढं पुरातन आहे, तर मग शिवाजी महाराजांसारख्या शिवभक्ताने आजवर इथं येऊन या मंदिराची डागडुजी का केली नाही?

तारुण्याने मुसमुसलेली ही सौंदर्यवान सावित्री इतक्या भीषण काळरात्री एकटी इथं काय करते आहे?

आणि शिर्क्यांची फौज दहा कोसांवर?

दहा कोसांवर तर नुसतं जंगलच आहे. फौज कशी आणि कुठे असेल?

विचारचक्र चालू असतानाच मंदिराबाहेर जीवघेणी वाघाची डरकाळी ऐकू येऊ आली. सखाराम दचकून उठला. आसपास पाहिलं; पण ते तिघं तर घोरत होते...हिंमत करून त्याने खुंटीवर असलेली तलवार घेतली आणि समोर असलेल्या महादेवाच्या पिंडीला नमस्कार करत मनात प्रार्थना केली, 'माझ्या

देवा, गावासाठी आम्ही जीवावरचा खेळ खेळतोय. तू काय पदरात टाकशील ते
खरं! फकस्त आमच्या हातून काही चूक होऊ देऊ नको. तुझा आशीर्वाद नेहमी
पाठीशी असावा.'

सखाराम तडक मागे फिरला आणि त्या निमुळत्या मंदिराच्या गाभाऱ्यातून बाहेर
निघाला....बाहेर निळसर चांदणे पडले होते. पाऊस थांबला होता. झाडांच्या
पानांवरून निथळणारे पाणी चेहऱ्यावर झेलत तो बाहेर आला. वाघाच्या
आवाजाचा कानोसा घेत तो पुढे गेला. पाहतो तर काय? वाघाचे ते भयानक
धूड निपचित मरून पडले होते. तो त्या वाघाकडे निरखून पाहू लागला. त्याच्या
हृदयाची कंपने वाढली. तो हळूहळू मागे जाणार इतक्यात पाठीमागून त्याच्या
पाठीवर कोणीतरी हात ठेवला.

जिवाच्या आकांताने तो ओरडला. मागे वळून पाहतो, तर ती सावित्री होती.
दीर्घ श्वास घेत त्याने तिच्याकडे नजर टाकली आणि म्हणाला, 'खरं सांगा
बाईसाहेब, तुम्ही कोण आहात? ह्या वाघाला कुणी मारलं?

आम्ही गावासाठी हिकडं आलोय. तुम्ही कसं काय एकलंच हितं हाय?'

असं बोलताना भीतीने सखारामचा घसा कोरडा पडला व डोळ्यांतून अश्रू येऊ
लागले.

स्मितहास्य करत सावित्री बोलली, 'घाबरू नका भाऊ! मी इथं कशी हे ऐकायचं
आहे ना तुम्हाला? तर मग ऐका!

मी सावित्री ऊर्फ साऊ येसाजीराव शिर्के!

आदिलशाहीचे नेकजात सरदार राजे येसाजीराव शिर्क्यांची एकुलती एक मुलगी.
लहानपणापासून हौसमौज करत वाढलेल्या माझ्या आयुष्याला कधी न संपणारे
दुःख ज्याने दिले त्याच्यामुळेच मी आज इथे आहे!

माझ्या साऱ्या जीवनाची कथा मी तुम्हाला सांगते. ऐका आणि मग विश्वास ठेवा
न ठेवा तुमची मर्जी!

यशवंतमाची हे माझं जन्मगाव!

६

'सर्व गोष्टीत संपन्न असणाऱ्या गावात आणि असे गाव संपन्न बनवण्यासाठी पडेल ती तडजोड करायला प्रसंगी प्राणाची बाजी लावायला तयार असणाऱ्या शिर्के घराण्यात माझा जन्म झाला.

वडील राजे येसाजीराव शिर्के आदिलशाही साम्राज्याचे नेकजात, निष्ठावान मनसबदार.

आमचे सारे घराणे कित्येक पिढ्या विजापूरच्या गादीची इमाने इतबारे सेवा करत होते!

पण, पुण्याचे शिवाजीराजे भोसले यांनी 'हिंदवी स्वराज्याचा' डाव मांडला आणि केवळ आदिलशाही नव्हे तर हिंदुस्थानातील पाची पातशाह्या हादरुन गेल्या. अफझलखानासारखा बलाढ्य सरदार फाडून जावळीपासून महाडपर्यंत असणारा जावळीच्या चंद्रराव मोर्यांचा प्रदेश एकहाती शिवाजी राजांनी जिंकला. केवळ आमची माची सोडून!

वास्तविक आमच्याकडे लक्ष देण्याइतपत आमचे सैन्य जास्त नव्हते, पण आमचे वडील फार शूर, इमानी आणि एकनिष्ठ सेनानी म्हणून पंचक्रोशीत नाव होते,

दुसरी गोष्ट तळकोकणात सर्व हालचाली वर सहज लक्ष ठेवता येईल असे मोक्याचे ठिकाण म्हणजे 'यशवंतमाची'!

शिवाजी महाराजांच्या धाकाने आसपासची कित्येक बलाढ्य घराणीं शिवाजीराजांचा कौल घेऊन स्वराज्यात सामील झाली, फक्त आमचे घराणे सोडून!

बस्स...हीच गोष्ट आमच्या घराण्याच्या नाशाला कारणीभूत ठरली!

आमच्या वडिलांची फौज फार शूर व चिवट.

कुस्ती, तलवार, भाला, दांडपट्टा, घोडा या सर्वांचे प्रशिक्षण आमच्या वाड्यातच मिळत असे.

आमच्या गावच्या 'काळभैरव' यात्रेला कुस्तीचा फार मोठा आखाडा भरे.
त्यादिवशी पण गावच्या यात्रेचा फार मोठा आखाडा भरला होता.
'राजे येसाजीराव शिर्के' यांनी अनेक मल्लांना आश्रय दिला होता. महाराष्ट्रातील एक एक तगडे मल्ल त्यांच्या तालमीत सराव करत होते.
बदाम, काजू, खारीक, सुकामेवा यासह अनेक खुराकाचे पदार्थ दर महिन्याला बैलगाड्या भरून तालमीत येत असत.
स्वत: येसाजीराव कुस्ती मेहनत खूप करत असत.
पंचक्रोशीतील एखाद्या मैदानात चांगला लढवय्या मल्ल दिसला, की त्याच्या साऱ्या आयुष्याची जबाबदारी घेऊन त्याला सांभाळत.
असे आमचे शिर्के घराण्याचे कुस्तीवर फार लक्ष.
काळभैरवाच्या यात्रेत महाराष्ट्रातील अनेक मल्ल कुस्ती खेळायला येत असत.
मोठमोठ्या बक्षिसांच्या रकमा, खुराकाचे साहित्य, तलवार, घोडा अशी बक्षिसे मिळवून परत जात.
पंचक्रोशीतील लाखो लोक त्या कुस्त्या पहायला बैलगाड्या जुंपून, घोड्यावरून, पालखीतून, पायी येत असत.
त्यांच्या जेवणा-खाण्यापासून ते मुक्कामाची सोय सारे राजे येसाजीराव शिर्के करत.
शिवाजी महाराज आणि आदिलशाहीचे राजकारण वेगळे आणि हा कुस्त्यांचा फड वेगळा, असे समजून अनेक शिवशाहीचे सरदारसुद्धा या मैदानाला आवर्जून हजर असत.
त्या दिवशीसुद्धा असाच माणसांचा लोंढा यशवंतमाचीला आला.
हशम हत्यारे पेलून येसाजीरावांच्या फौजा चहू बाजूंनी गस्त घालून संरक्षण करत होत्या.
अनेक पहिलवान हातात बर्चे, भाले पेलून जंगलात तळ ठोकून येणाऱ्या पाहुण्यांत कोणी शत्रू तर नाही याची दाखल घेत होते. राजे येसाजीरावांच्या परवानगीशिवाय चिलटसुद्धा आत येणार नाही, अशी संरक्षण व्यवस्था होती. जर आलेच तर त्याची खांडोळी करायचे आदेश होते.
सूर्य पश्चिमेकडे झुकू लागला आणि 'काळभैरवाच्या नावानं चांगभलं'च्या आरोळीने आसमंत दुमदुमून गेला.
लाखो लोकांनी यशवंतमाचीच्या काळभैरव डोंगराच्या खाली तयार केलेल्या कुस्ती मैदानाला कडे करायला सुरवात केली.
अनेक गावांचे, अनेक नावांचे, अनेक पदांचे सरदार ती कुस्ती पहायला आले होते. अनेक वस्ताद - खलिफा आपापले पठ्ठे या मैदानात लढवायला घेऊन

आले होते.
एव्हाना हलगी-घुमक्याच्या, शिंग-तुताऱ्यांच्या निनादात दांडपट्टा, लाठीकाठीचा खेळ मैदानात सुरू झाला.
अनेक वीर आपले कसब दाखवत होते. एखादा धारकरी आवडला, की उपस्थित प्रेक्षकातील एखादा विजापुरी सरदार त्याला मागेल तेवढे धन देऊन आपल्या पदरी येण्यासाठी व्यवहार करत होता.
असे एक ना अनेक धारकरी आपल्या कर्तृत्वावर अनेक सरदारांचे मांडलिक होत होते.
मर्दानी शस्त्रांचा खेळ संपून लहान-मोठ्या कुस्त्यांना प्रारंभ झाला. महाराष्ट्राच्या कानाकोपऱ्यांतून आलेले अनेक मल्ल आपले कसब दाखवून उपस्थित धनाढ्य लोकांच्याकडून आणि खुद्द येसाजीरावांच्या खजिन्यातून रोख बक्षीस जिंकत होते.
सूर्य मावळतीला झुकणार इतक्यात राजे येसाजी शिर्के यांच्या खास तालमीत तयार केलेला भीमा जाधव हा लढवय्या मल्ल लांघ-लंगोट चढवून अंगाला तेल लावून मैदानात 'जय बजरंग'ची आरोळी ठोकून उतरला. त्याच्या शड्डूच्या घुणत्काराने साऱ्या मैदानाच्या कानठळ्या बसल्या.
सारेच त्याची शरीरयष्टी पाहून थक्क झाले.
शे-दीडशे किलोचा तो भीमा नावाप्रमाणे भीम भासत होता. कल्लेदार मिश्या. काळाकभिन्न भीमा हा पहिलवान नव्हे तर प्रतिस्पर्ध्याचा यमदूत आहे, असे वाटत होते.
अनेक ठेकेदार भीमावर रोख रकमा, सोने, चांदी, तलवार, ढाली, बैलजोड्या, घोडे, गदा यासह हिरे-मोतीसुद्धा बक्षीस लावू लागले.
बक्षिसांचा आकडा चांगलाच फुगला. तरीपण उपस्थित वस्ताद, खलिफा खाली मान घालून उभे होते.
भीमाला जोड काही मिळेना.
कशी मिळणार जोड?
अहो, त्या भीमाशी लढणं म्हणजे साक्षात मृत्यूशी लढणं होय. कधी काय मोडून टाकेल, नेम नाही.
राजे येसाजी उठले आणि मोठ्या तावात बोलू लागले,
'माझ्या भीमाशी चार हात करायला महाराष्ट्रात कोणी नाही?
वऱ्हाड, खानदेश, कृष्णाकाठ, देश, कोकण सारे इथे जमले आहेत.
कोणाच्याही तालमीत नाही का एखादा सुरमा मल्ल?
आणि नसेल त्याला जोड तर मानाने त्याला बक्षीस देऊन सर्वांनी मान्य करा, की राजे येसाजींच्या पदराचा मल्ल महाराष्ट्रात अजिंक्य आहे!'

पूर्वेकडून हलगी, घुमके, शिंग-तुताऱ्या कल्लोळ करू लागल्या. लाखांची गर्दी कुजबुजू लागली.
सर्व बक्षीस एका हारकाऱ्याने फिरून, एका पोत्यात गोळा करून मैदानाच्या मधोमध आणले. स्वत: राजे येसाजींनी पाच शेर वजनाचे सोन्याचे कडे भीमाला बक्षीस देऊ केले. ते मनोमन खूश होते.
भीमा बेजोड मल्ल म्हणून विजयी ठरणार होता;
पण तितक्यात मैदानाच्या उजव्या अंगाकडून आलेल्या एका गंभीर आवाजाने मैदानात शांतता पसरली.
'थांबा!'
'माझा पठ्ठा लढेल तुमच्या भीमाशी!'
'कोण?'
एकाने विचारपूस करून ठावठिकाणा, माहिती आणली.
गुंजन मावळातील शिळमकर-देशमुख सरदारांच्या पदरी असणारा एक लढवय्या मल्ल खंडेराय सरदेसाई आणि त्याचे वस्ताद काकासाहेब जेधे आले आहेत.
दोन्ही वस्ताद पहिलवानांचे गूळ-पाणी देऊन स्वागत झाले आणि कपडे काढून, राजे येसाजींना मुजरा करून तो मल्ल मैदानात आला.
घोटीव, पिळदार शरीर, मजबूत मांड्या, बलाढ्य बाहू, ओठावर किंचित काळी रेघ आणि स्मितहास्य, गोरापान नितळ चेहरा, सरळ तरतरीत नाक आणि पायात काळा दोरा बांधलेला खंडेराय साक्षात मल्हारी मार्तंड वाटत होता.
त्याचा देखणेपणा आणि शरीरयष्टी पाहून गर्दी हरखली.
मूठभर माती कपाळाला लावून, राजे येसाजींच्याकडे पाहत त्याने प्रचंड शड्डू ठोकला. सारे मैदान हादरले.
मान्यवरांच्या हस्ते हातसलामी झडली आणि काही क्षण भूतकाळात जमा झाले.
भीमा आणि खंडेराय यांची कुस्ती म्हणजे जणू दोन वादळं एकमेकांशी भिडणार होती.
निकाल काय लागेल याचा अंदाज बांधणे कठीण होते.
भीमा आणि खंडेरायाची मनगटाला मनगटे भिडली. गर्दनखेच सुरू झाली.
बघता बघता मैदानात डावांची वलये सुरू झाली.
वर्षभर कसून तयारी केलेला एक एक डाव भीमा खंडेरायावर मारत होता आणि त्याची सहजच उकल करत खंडेराय सुटत होता. दोन्ही मल्ल चिखलाने माखले.
कुस्तीचे पारडे कधी भीमा तर कधी खंडेरायच्या बाजूला झुकत होते.
भर पावसात भिजत उभ्या असलेल्या एखाद्या बुरुजासारखा भीमा वाटत होता,

तर खंडेराय गोऱ्या रंगावर तांबड्या मातीच्या चिखलाने केशरी आंब्याप्रमाणे भासत होता.

आणि

आता मात्र खंडेरायाने आक्रमक पवित्रा घेतला आणि भीमाचा उजवा हात बगलेत दाबून 'आतली टांग' डाव जोरात मारला आणि अक्षरश: सुदर्शन चक्र फिरावं तसं भीमा गर्दीशी फिरून मैदानावर आडवा झाला. सपशेल चितपट कुस्ती.

सारे प्रेक्षक आनंदाने बेभान झाले. खंडेरायाला डोक्यावर घेऊन सारे लोक आनंदाने नाचू लागले.

हे सर्व पाहत राजे येसाजी उठले. शेजारी उभे असलेल्या कारभाऱ्याला बोलले. या पोराला आणि त्याच्या वस्तादाला घेऊन वाड्यावर या' असे म्हणत राजे निघून गेले.

खंडेराय गळ्यात फुलांच्या माळा, गुलाल आणि रोख बक्षिसात न्हावून गेला. सर्व जण बेभान आनंदात होते...पण खंडेरायाची गूढ नजर मात्र वेगळीच भाषा बोलत होती. चेहऱ्यावर एकप्रकारची गंभीर शांतता दिसत होती.

सारे लोक आनंदात होते. फक्त राजे येसाजीराव मात्र मनस्वी दु:खी होते. आज त्यांच्या गावात येऊन खुद्द राजांच्या मल्लाच्या छातीवर बसून विजयी आरोळी ठोकणारा खंडेराय त्यांच्या नजरेसमोरून हटत नव्हता. त्यांना ओढ होती त्यांच्या भेटीची आणि खंडेरायाला ओढ होती. 'यशवंतमाचीची.'

७

राजे येसाजीरावांच्या मस्तकात फुटाणे उडत होते.

साऱ्या महाराष्ट्रातील मनसबदारांच्या पुढ्यात नाचक्की झाली होती.

काय कमी केलं होतं, भीमाच्या कुस्ती-मेहनत-खुराकात?

रोज सकाळी पाच, रात्री पाच शेर दूध.

दररोजचा सहा सहा तास व्यायाम.

तगड्या मल्लांसोबत लढती. मालीश, मसाज करायला नोकरचाकर, मेहनत मोजून घ्यायला मुनीम. सगळं राजेशाही असून, शिळमकर-देशमुखांच्या मल्लाला ऐकला नाही. डोकं भणभणत होतं.

तेवढ्यात एका हुजऱ्यानं वर्दी दिली, 'राजे, ते मैदानातले पहिलवान आणि वस्ताद आल्यात भेटाया.'

राजे सावरून बसले. भोवताली दिग्गज सल्लागारांचे पथक दिमतीस होतेच.

'बोलवा त्यांना, ' राजांनी आदेश दिला.

काही क्षण भूतकाळात विलीन झाले आणि शिर्क्यांच्या चारचौकी वाड्यातील सदरेत पहिलवान खंडेराय आणि त्यांचे वस्ताद आले.

खंडेराय, अगदी वीस-पंचविशीतला उमदा जवान गडी. ओठावर नुकतीच काळी रेघ दिसत होती. अंगापिंडाने धिप्पाड खंडेराय पाहून कोणीही त्याच्या प्रेमात न पडले तर नवल.

डोईला मराठेशाही पगडी, कमरेला तलवार असलेल्या खंडेराय व त्याच्या वस्तादांनी राजांना मुजरा केला.

उजवा हात वर करत राजांनी पण मुजरा स्वीकारला आणी बोलू लागले.

'पहिलवान, आम्ही तुमच्या कुस्तीवर निहायत खुश झालो आहोत. आमच्या भीमाला इतक्या सुंदर डावपेचांत अडकवून चित करणारा पहिलवान साधासुधा नाही, हे आम्ही जाणतो. बोल! काय बक्षीस देऊ तुला आम्ही?'

राजांचे स्तुतिपर शब्द ऐकून खंडेरायाने किंचित स्मित करत वस्तादांच्या हातात

असलेले बक्षिसाने भरलेले पोते एका हातात धरून राजे येसाजींच्या पुढ्यात ओतले आणि बोलू लागला,
‘राजे, मला द्यायचंच असलं तर तुमच्या तालमीत आश्रय द्या. कुस्ती मेहनत करून गावोगावच्या यात्रा-जत्रा मारून वैतागलोय आमी! हे माजं वस्ताद आणि म्या तुमच्या तालमीत राहिलो तर तुमचं लय नाव करून दावू.’
‘काय?’ राजे बोलून गेले,
‘अरे, तुम्ही गुंजन मावळातील शिळमकर-देशमुखांचे मल्ल, म्हणजे एका अर्थी भोसल्यांच्या हद्दीतले.
भोसले-आदिलशाही दुश्मनी विकोपाला गेली असताना तुला आम्ही आमच्या पदरी ठेवणे योग्य नाही.’
तेवढ्यात खंडेराय बोलला, ‘तसं नव्हं राजे! शिळमकर आणि आमचा संबंध जावळीच्या दंग्यावेळीच तुटला. शिळमकर तर चंद्रराव मोऱ्यांचा सख्खा भाचा हुता. त्यांना तरी कुठं शिवाजीराजांचं अभय हाय! हिकडं आड, तिकडं हिर नगासा करू. नायतर मग तुम्ही नाय म्हणला तर सरळ रायरी गाठून शिवाजीराजांची चाकरी पत्करायची का आमी?’
राजे क्षणभर विचारात पडले.
खंडेराय चांगला पहिलवान आहे, यात शंकाच नाही. उद्या जर शस्त्रांचे चार हात शिकला तर चोखट धारकरी बनू शकेल. शिर्क्यांची दौलत सांभाळायला मजबूत मनगट मिळेल.
‘ठीक आहे खंडू! आम्ही ठेवू तुला आमच्या तालमीत,’ असे म्हणत येसजीराजांनी नोकराला हाक मारून, त्यांचे सामान उचलून वाड्याच्या मागे असलेल्या भव्य तालमीत ठेवायला लावले.
ते म्हणाले, ‘तुमची तात्पुरती सोय पुढे घोड्याच्या पागेभोवती असलेल्या घोडेवानाच्या खोलीत करू. चारदोन दिसांनी तालमीत रहा.’
काही हवं नको याची सोय करून राजे वाड्याच्या आत निघून गेले.
नोकरांनी खंडेराय व वस्तादांची साहित्याची पोती उचलून घोडेवानाच्या खोलीत ठेवली.
यशवंतमाचीच्या यात्रेत खुद्द येसाजीराजांच्या मल्लाला पराभूत केले, ही बातमी वाऱ्यासारखी येसाजीराजांच्या अंत:महालात गेली.
राजांना एकच मुलगी.
सावित्री तिचं नाव. अतिशय रूपवान.
गोरापान चेहरा, सतेज कांती, सरळ, धरधरीत नाक, पांढरेशुभ्र मोत्यासमान दात, साक्षात राजलक्ष्मी भासत असे.

शिर्के घराण्याची सावित्री म्हणजे यशवंतमाचीचे नाकच होते. लाडाने सर्व तिला 'साऊ' म्हणत. खूप खूप लाडात वाढली होती ती.

आपल्याला मुलगा नाही याची उणीव तिने राजांना भासू दिली नव्हती. नाजूक रुसव्या-फुगव्यात कधी ती अडकलीच नव्हती.

भरधाव घोड्यावर मांड ठोकून वाऱ्याच्या वेगाने घोडा फेकत सह्याद्रीच्या दऱ्याखोऱ्यांत स्वच्छंद भरारी मारत, तलवार, भाला, गदा, धनुष्यबाण सर्व काही लीलया चालवत असे...आणि एवढे असूनही शिर्क्यांच्या वाड्यात नजरेने कधी जमीन सोडत नसे.

यशवंतमाची साऊचा जीव की प्राण होता. किंबहुना त्यापेक्षाही जास्त यशवंतमाचीची इज्जत साऊला प्रिय होती.

आजचा घडलेला प्रकार तिच्या जिव्हारी लागला होता.

दस्तूरखुद्द शिर्क्यांच्या गावात येऊन शिर्क्यांच्या पहिलवानाला आव्हान देऊन चितपट करणारा कोण हा ऐरागैरा आहे? त्याला चांगलाच धडा शिकवायची मनीषा साऊच्या मनात आली.

दिवस उगवला, सह्याद्रीच्या कडेकपारीत सूर्यनारायणाची सहस्र सुवर्णकिरणे दाही दिशा उजळून टाकू लागली. राजे शिर्क्यांच्या वाड्यामागील तालमीत भल्या पहाटेच शड्डू घुमू लागले. खंडोजीच्या जोराचा ठेका पाच हजाराच्या वर गेला होता.

घामाने निथळत असलेले त्याचे शरीर एखाद्या चिरेबंद बुरुजाप्रमाणे भासत होते. सकाळ होताच राजे स्वत: तालमीत आले.

सर्व जवान धारकरी नुकताच कुस्तीचा सराव आटोपून आपापली हत्यारे परजत तालमीबाहेरच्या मैदानात तलवार-पट्टयांचा सराव करू लागले होते.

'खंडू, उचल तो पट्टा अन् घे पवित्रा,' राजे खंडेरायला बोलले.

त्यांच्या बोलण्यावर खंडेराय बोलला, 'नाय राजं, म्या पहिलवान गडी! ही धारकऱ्याचं काम मला नाय जमायचं.'

यावर हसून राजे बोलले. 'अरे, माझ्या भीमाला चित केलंस त्यापेक्षा सोपं काम आहे हे! चल उचल.'

भीत भीत खंडेरायाने पट्ट्याच्या खोबणीत हात घातला आणि एक एक हात करू लागला. सारे मल्ल त्यावर हसू लागले.

खंडेरायला काही केल्या पट्टा चालवता येईना. दमून त्याने त्याचा नाद सोडला व राजे येसाजींचे मालीश करतो म्हणाला.

राजांचे सर्वांग तेलाने माखून खंडेराय आपल्या मजबूत हाताने मालीश करू लागला. सारे मल्ल आसपास हत्यारांचा सराव करत होते. खंडेराय घामाने

डबडबला होता अन् तितक्यात तालमीच्या दरवाज्यावर थाप पडली.
'बघ रे, कोण आहे ते!'

खंडेराय उठला आणि घाम पुसत तालमीचा दरवाजा उघडला. सूर्याची किरणे एकदम तालमीच्या दरवाजातून आत प्रवेशली. त्या किरणात न्हाऊन निघालेली एक जातिवंत देखणी स्त्री हातात दुधाचा तांब्या घेऊन उभी होती. खंडेराय तिचे ते जातिवंत सौंदर्य पाहू लागला आणि तीसुद्धा त्याचे देखणेपण न्याहाळत होती. काही क्षण तसेच निघून गेले. तेवढ्यात राजे येसाजी गरजले, 'कोण आहे रे?'

'आबा, दूध आणले आहे,' साऊचा नाजूक आवाज आला.
'खंडू, तांब्या घे तो!' राजे बोलले.

खंडेराय नि:शब्द होता. त्याच्या हृदयाची कंपने अती तीव्र झाली होती आणि साऊ...तिचीही अवस्था काहीशी तशीच होती. अजून काही क्षण भूतकाळात गेले आणि ते दोघेही नजरभेटीचे सुख अनुभवत तिष्ठत उभेच होते.

'साऊ,' पाठीमागून कोणीतरी हाक मारली आणि दोघेही सावध झाले. दुधाचा तांब्या खंडेरायच्या हातात देऊन सावित्री झटकन परतली.

राजांच्या हाती तांब्या देऊन खंडेराय उभा होता. पाच शेर दुधाचा पितळी तांब्या बघता बघता राजांनी रिचवला आणि अंघोळीला निघून गेले.

खंडेराय मात्र त्या गूढ डोळ्यांची आठवण काढत कितीतरी वेळ काढत तालमीत बसला होता.

साऊची तशीच अवस्था होती. याआधी कसा पाहिला नाही? कित्येक प्रश्नांनी मनात काहूर माजले होते. अंघोळ आटोपून खंडेराय राजे येसाजींच्या परवानगीने गावात जाऊन येतो म्हणून निघाला.

सकाळचा सूर्य माथ्यावर आला नि खंडेराय यशवंतमाचापासून पाच-सहा कोसांवर एका डोंगर रांगेतल्या जंगलात गेला.

एक मेंढरांचा कळप चारणाऱ्या मेंढपाळाला पाहून त्याने हाक मारली, 'जय मल्हारी!' त्याची ती हाक ऐकून त्या मेंढपाळाने उत्तरादाखल म्हटलं, 'जय रोहिडेश्वर!' आणि दुसऱ्याच क्षणी दोघेही खदखदून हसू लागली.

खंडेराय त्या मेंढपाळाला बोलला, 'खेडेबाऱ्याला निरोप द्या. सांबाच्या पिंडीवर नाग पोहोचता झालाय. लवकरच पंचमी खेळायला आवतण धाडतो,' असं म्हणत पुनश्च एकदा 'जय मल्हारी...जय रोहिडेश्वर' गजर झाला.

खंडेराय दुपारच्या प्रहरी पुन्हा यशवंतमाचीत राजे येसाजी शिर्के यांच्या तालमीत दाखल झाला.

८

त्या दिवशी दिवसभर 'साऊ'ला काही सुचत नव्हते. सतत सकाळचा प्रसंग तिच्या डोळ्यांसमोर तरळत होता;

पण राजे येसाजीरावांच्या एकुलत्या एक मुलीला असा विचार करणे शोभत नाही, म्हणून तिचे मन तिलाच समजावत होते. भावना आणि कर्तव्य यांचा महापूर साऊ प्रथमच अनुभवत होती.

इकडे खंडेराय आणि त्याचे वस्ताद काकासाहेब मोठ्या गूढ चर्चेत व्यस्त होते. ती चर्चा कोणती त्या दोघांनाच माहिती.

एव्हाना तालमीत चिटपाखरू नव्हते. शिर्क्यांची शिबंदी येसाजीरावांच्या आदेशाने त्यांच्यासोबत घाटमाथ्यावर टेहळणीला गेली होती. जेमतेम शे-दोनशे धारकरी वाडा राखत होते.

फौज टेहळणी करून यायला अजून बराच अवकाश होता.

शिर्क्यांचा आजवर कोणी पाडाव करू शकले नाहीत याचे कारण म्हणजे त्यांच्याकडे नेकजात, इमानदार मराठ्यांची फौज, त्यात कुस्तीचा प्रचंड नाद असलेले राजे एक एक माणूस तोलूनमापून दिमतीस घेत असत.

फंदफितुरीला स्थानच नव्हते;

पण त्या दिवशी...

शेजारच्या डोंगरातल्या कदंब मंडळींचा मोठा छापा यशवंतमाचीवर पडला.

खंडेराय आणि वस्ताद चर्चेत व्यस्त होते तितक्यात गावात दंगा-गोंगाट ऐकू येऊ लागला.

दोघेही उठले...खुंटीला टांगलेली तलवार खंडेरायाने हातात घेतली आणि धावत तालमीतून बाहेर पळत सुटला.

यशवंतमाची आणि पलीकडच्या डोंगरातील दाट जंगलातील कदंब यांची पिढ्यान्‌पिढ्यांची दुश्मनी.

अशी पिढी जात नव्हती, की एकमेकांचे मुडदे पडत नव्हते. मागच्या वेळेस तर

कदंबानी शिर्क्यांचे सारे लग्नाचे वऱ्हाड कापून काढले होते.
येसाजीराजांचे वडील आणि यशवंतमाची पलीकडच्या मोऱ्यांची हद्द एकमेकांना लागून होती.
जहागिरी वाटण्यासाठी स्वकीयांच्यात होणाऱ्या मारामाऱ्या कमी नव्हत्या. त्यात शिर्के –मोरे वैर महाभयानक.
आजवर ज्यांनी ज्यांनी मध्यस्थी केली त्यांचीही मुंडकी शाबूत राहिली नव्हती.
मोऱ्यांचे पिढ्या न् पिढ्यांचे कारभारी हे जाधववाडीचे लखुजी कदंब होते.
लखुजी कदंब मोठे बुद्धिमान आणि शूर. सारी जाधववाडी त्यांना देव मानत स्वत: लखुजी मोऱ्यांना देवाच्या जागी मानत.
त्या दिवशी मैत्रीची खोटी आश्वासने देऊन येसाजीरावांचे वडील पिराजीराव शिर्के यांनी हद्दीसाठी मोऱ्यांशी दगा केला. घाटमाथ्यावरची सारी फौज कापून काढली; मात्र लखुजी कदंब आणि त्याचे शे-दोनशे चिवट धारकरी काही केल्या मागे हटेनात.
बऱ्याच शिर्के मंडळींची त्यांच्या हातून कत्तल होत आहे, हे पाहून पिराजीरावांनी जाधववाडीवर छापा मारायला सांगून, लखुजीच्या गावाची राख केली होती. हे ऐकून लखुजीने तलवार टाकली आणि हताश होऊन कोसळला. ही संधी साधून पिराजीने त्याचे मुंडके कापले. बस्स...तो दिवस मोरे-शिर्के वैर संपले आणि शिर्के-कदंब वादाला तोंड फुटले.
लखुजीच्या गावात ज्यांच्या ज्यांच्या स्त्रिया मृत्युमुखी पडल्या, त्यांच्या त्यांच्या मुला-बाळांनी हातात तलवारी-कुऱ्हाडी घेऊन शिर्के घराणे संपवायचा विडा घेऊन गाव सोडले आणि जाधववाडी-यशवंतमाची दरम्यानच्या घनदाट जंगलात गुहेत राहून लुटालूट, जाळपोळ करून आयुष्य जगणे पसंत केले.
त्यावेळी त्यांचा म्होरक्या होता लखुजीचा मुलगा रायराव.
अवघ्या दोन ते तीन वर्षांतच शिर्क्यांच्या एका शुभ प्रसंगात चिवट कदंब फौजांनी रायरावाच्या नेतृत्वाखाली पिराजीराव शिर्क्यांना ठार केले आणि त्याचा बदला म्हणून काहीच दिवसांत जंगलात छापा मारून रायरावाचे मुंडके शिर्क्यांनी तोडून आणले.
या अशा कत्तलींचा लेखाजोखा पाहून तर साक्षात चित्रगुप्ताला शहारा आला असता.
मुंडक्याला मुंडकी तोडली नाही तर ते शिर्के – कदंब वैरच नव्हे. राजे येसाजींनी शिर्क्यांची गादी सांभाळायला सुरवात करताच त्यांनी कदंब आणि शिर्के यांच्या एकजुटीसाठी खूप प्रयत्न केले होते;
पण दुहीचा शाप अजूनही संपला नव्हता. रायरावच्या मृत्यूचा बदला घेण्यासाठी

त्याचा तरुण मुलगा सूर्यराव आता कदंबांचा म्होरक्या होता.

अतिशय शांत, शूर, मुत्सद्दी असलेला हा सूर्यराव जणू काही शिर्के कुळ संपविण्यची शपथ घेऊन होता.

त्याने आजवर अनेक प्रयत्न केले; पण यशवंतमाचीला काही केल्या खिंडार पडत नव्हते.

राजे येसाजींनी माचीची सुरक्षा इतकी चोख केली होती, की कदंबच काय कोणालाही अशक्य होते ते. माची जिंकायचीच असा चंग बांधला तर मुंडक्यांची रास नक्कीच पडली असती. एवढ्याशा माचीसाठी एवढी मोठी किंमत चुकवणे कोणाही मुत्सद्दी राजकर्त्याला परवडणारे नव्हते;

पण त्या दिवशी घात झाला.

राजे येसाजी सारीच फौज घाटमाथ्यावर घेऊन गेले. अगदी थोडी फौज गावात होती हीच खबर सूर्यराव कदंबाच्या भयानक फौजेच्या कानी लागली आणि वाऱ्याच्या वेगाने ते यशवंतमाचीवर तुटून पडले.

गावातील सावकार, व्यापारी लोकांची घरे फुटू लागली.

सारी लूट जमा करून सूर्यराव कदंबाने ती जंगलात धाडली. कडवे हशम बरोबर घेऊन त्याने शिर्क्यांच्या वाड्याकडे मोर्चा वळवला.

डोळ्यात वडिलांच्या मृत्यूची आग घेऊन तो घोड्यावर स्वार होऊन निघाला.

खंडेराय हातात तलवार घेऊन बाहेर आला आणि त्याला जाणवले, की हातात पेटते पलिते घेऊन समोरून दौडत येणारी सारी फौज आता वाड्यावर कोसळणार.

त्याने प्रसंगावधान राखले आणि वस्तादांना घेऊन सरळ वाडा गाठला.

शिर्क्यांचा वाडा जणू काही भुईकोट किल्लाच होता.

आत प्रवेश करून वाड्याचे मुख्य लाकडी द्वार बंद करायला सांगून वाड्यात उपस्थित असणारी सारी फौज एकत्र केली. जेमतेम ३०-३५ लोक असतील ते.

प्रत्येकाला कामे वाटून देऊन वाड्याचे संरक्षण करायला सांगितले आणि तडक आपला मोर्चा वाड्यातील शिर्क्यांच्या कुटुंबाकडे वळवला.

घरातील आयाबाया आकस्मिक हल्ल्याने हादरून गेल्या होत्या.

त्यांना धीर देऊन तो निघणार इतक्यात शिर्क्यांची पत्नी रखमाई बाईसाहेब मोठ्या आवाजात रडत म्हणाली, 'थांबा...! माझी लेक हातात तलवार घेऊन मघाशीच चोरवाटेने बाहेर गेली आहे. काहीही करा; पण माझ्या साऊला मागे आणा...कदंब-शिर्के वैर मला विचारा काय आहे ते ...एकवेळ आमच्या साऱ्यांचा जीव गेला तरी बेहत्तर; पण माझ्या साऊला काही होता कामा नये.

माझे काही न ऐकता १०० पहिलवानांची फौज घेऊन वाड्याच्या चोरवाटेने कदंब फौजेवर चालून गेली आहे.'
हे ऐकून खंडेराय पुरता थक्क झाला. सकाळी दूध घेऊन आलेली नाजूक सावित्री ही शिर्क्यांची लेक होती, तर जिला नाजूक समजतोय ती रणांगण गाजवायला निघाली आहे.
सावित्रीच्या या कामगिरीवर तो मनोमन खुश झाला.
'बाईसाहेब, राजांच्या फौजेला निरोप धाडायला कोणाला तरी पाठवाल का?' खंडेराय रखमाई बाईसाहेबांना बोलला.
'होय...निरोप घेऊन एक निशाणबारदार गेला आहे. फक्त काही तासांत शिर्क्यांची फौज येईल; पण तोवर काही आक्रित घडू नये. तुम्ही जा. माझ्या साऊला तेवढं माघारी आणा.'
'तुम्ही काळजी नका करू बाईसाहेब, मी नक्की त्यांना मागे आणतो,' असं म्हणत खंडेरायाने तलवार पेलली आणि छलांग मारत तो वाड्याबाहेर दौडत गेला.
एव्हाना माचीच्या पूर्वेकडून आर्त किंकाळ्या ऐकू येऊ लागल्या होत्या.
सावित्रीच्या नेतृत्वाखाली पहिलवान फौजेने सूर्यरावाच्या फौजेवर हल्ला चढवला असावा बहुतेक.
खंडेरायाने पागेतील काळेभोर चांगले घोडे निवडून त्यावर मांड ठोकली आणि वस्ताद काकांना बोलला, 'काका, प्रसंग बाका आहे. मला आई भवानी जसे सुचवते आहे तसे वागतो. ही खबर मात्र लवकर खेडेबाऱ्याला पोहोच करा.'
मान हलवत काका बोलले, 'काळजी घे,' आणि काकासुद्धा निघून गेले.
खंडेराय बेफान दौडत चालून गेला.
गावाच्या नदीपात्राजवळ सावित्री आणि पहिलवानांच्या एकत्रित फौजेने सूर्यरावाच्या फौजेवर हल्ला चढवला. आकस्मिक हल्ल्याने कदंबांची ती चिवट फौज पुरती हादरली; पण त्वरित सावरली.
हल्ला कोणी आणि कोणाच्या नेतृत्वाखाली केला समजले.
शिर्क्यांची लेक सावित्री.
सूर्यरावाने इशारा केला, 'सावित्रीला जिवंत पकडा.'
बस्स ..हजारांच्या फौजेपुढे सावित्रीचा तो हल्ला तोकडा पडला. सावित्रीच्या घोड्याला दोर टाकून बांधून खाली पाडले. सावित्रीच्या डोक्यावर आघात झाला आणि ती बेशुद्ध झाली.
मासे पकडायची जाळी टाकून तिला कैद केले.
आल्या पावली सूर्यरावने माघारी फिरायची आज्ञा केली.

जे साधायला आलो होतो, त्यापेक्षा कितीतरी पट गवसले अशी भावना सूर्यरावच्या मनात थैमान घालू लागली. अवघ्या काही क्षणांत यशवंतमाची ओसाड झाली. सावित्रीला जिवंत कैद करून सूर्यराव जंगलात निघून गेला. काही क्षणांत खंडोजी तिथे पोहोचला; पण वेळ निघून गेली होती.

आता?

आता विचार करून काही होणार नव्हते. त्याने लगाम खेचला आणि कदंबांच्या फौजेमागे त्यानेही पाठलाग सुरू करायचा ठरवत घोडे जंगलात घातले.

वाऱ्यासारख्या वेगाने खंडेराय सूर्यरावाचा पाठलाग करू लागला.

अगदी काही अंतरावर सूर्यरावाची फौज आहे याची त्याला जाणीव झाली. त्याने घोड्याचा वेग अजून वाढवला. एका भव्य पठारी प्रदेशात त्याचे घोडे आले आणि दुसऱ्याच घोड्याच्या खुरात आधीपासून पेरून ठेवलेली वाघर अडकली आणि घोडा कोसळला. सूर्यरावांच्या फौजेला क्षणात समजले होते, की कोणीतरी पाठलाग करतोय.

खंडेराय जमिनीवर पडणार इतक्यात त्याने स्वतःला सांभाळत सावध पवित्रा घेतला आणि उठणार इतक्यात हजारो तलवारी त्याच्या नरड्यावर आल्या. पाच पंचवीस धिप्पाड हशमांनी खंडेरायाला जेरबंद केले.

१

कोणीतरी पाठीमागून खंडेरायाच्या डोक्यात जोराचा दणका दिला अन् खंडेरायाची शुद्ध हरपली.

खंडेरायला घेऊन सूर्यराव व त्याचे पथक दाट जंगलात जाळीत घुसले.

जंगलाच्या मधोमध एका गुप्त ठिकाणी सूर्यरावच्या फौजेचा अड्डा होता.

गंभीर मुद्रेच्या सूर्यरावाच्या चेहऱ्यावर आनंद दिसत होता.

ज्या पिराजी शिर्क्यांनि साऱ्या जाधववाडीला हातात हत्यारे घ्यायला भाग पाडले, त्याची इज्जत, त्याची नात आता त्याच्या ताब्यात होती.

त्याच्या मनात कल्पनेचे खेळ सुरू होते.

एक हशम धावत आला आणि त्याने वर्दी दिली,

'सरदार, आपण माची लुटून येताना एका घोडेस्वाराने पाठलाग चालवला होता. त्याला जेरबंद केला आहे.'

सूर्यराव उठला. बोलला, 'कोण आहे तो?'

येसाजी शिर्क्यांच्या वाड्यातील हशम किंवा त्याच्या कुटुंब कबिल्याचा अंगरक्षक असावा बहुतेक.' 'त्याला आणा इथे.' त्याच्या आज्ञेने खंडेरायला समोर आणले गेले.

एव्हाना साऊला शुद्ध आली होती; पण तिचे हात-पाय बांधल्याने ती हलू शकत नव्हती.

ती जोरजोरात किंचाळून त्या साऱ्यांना आव्हान देऊ लागली, 'हिंमत असेल तर एकदा माझे हात-पाय खोला! ही शिर्क्यांची अवलाद काय आहे तुम्हाला दाखवते.'

तिच्या आकस्मिक आव्हानाने सूर्यरावचे डोके भडकले. तो तडक सावित्रीजवळ गेला आणि तिला जोरात थप्पड मारली. एक...दोन...तीन.. त्याच्या प्रहाराने सावित्रीच्या तोंडातून रक्त येऊ लागले.

'हरामखोर पीराजीची अवलाद! तोंड बंद ठेव. तुझ्या साऱ्या घराण्यात गद्दारी, क्रूरता भरली आहे.

गरीब, भोळ्या जनतेला लुबाडून, त्यांची कत्तल करून सत्ता मिळवलेले तुझे बापजादे काय लायकीचे आहेत आम्हाला माहीत आहे.'

असे बोलत तो निघणार तितक्यात सावित्रीने बांधलेल्या हाताने सूर्यरावर झडप घातली. आकस्मिक हल्ल्याने सूर्यराव तोल जाऊन खाली पडला. तितक्यात बाजूला उभ्या असलेल्या हशमानी सावित्रीला धरून बाजूला केले.

आता मात्र सूर्यराव बेभान झाला. त्याने कमरेला असलेली तलवार म्यानातून उपसली आणि सावित्रीचे केस धरुन तिचे हात बांधलेला दोरखंड तलवारीने तोडला. पाय खोलले आणि पुन्हा एक जोरात थप्पड देऊन तिला ढकलून दिले. सावित्री तोल जाऊन पडली. तडक सूर्यरावने बाजूला उभ्या असणाऱ्या हशमाच्या हातातील तलवार हिसकून घेऊन सावित्रीच्या पुढ्यात टाकली आणि बोलला,

'चल, उचल ती समशेर आणि दाखव तुझ्या रक्ताची उसळी! मलाही पाहू दे! ज्या पिराजी शिर्क्यांनी आजवर नि:शस्त्र बायाबापड्यांवर हत्यार उचलले, त्यांच्या घरातल्या स्त्रिया हत्यारे कशी चालवतात. ऊठ!आता बोलू नको. तुझी तलवार बोलू दे.'

सूर्यरावचे वाक्य पुरे होते न होते इतक्यात विजेच्या वेगाने सावित्रीने तलवार हातात घेऊन क्षणाचाही विलंब न करता सूर्यरावावर हल्ला चढवला.

तितक्याच चपळाईने सूर्यरावाने तलवारीचे बचावात्मक हात सुरू केले आणि मग त्यानेही आपला हात चालवायला सुरवात केली.

एव्हाना खंडेरावला शुद्ध आली आणि समोर सावित्री आणि सूर्यरावाची लढाई तो पाहू लागला. त्याचं रक्त सळसळलं; पण त्याचे हात-पाय बांधून ठेवल्याने तो सावित्रीची मदत करायला असमर्थ होता. प्रचंड ताकदीने त्याने हात सोडवायचा प्रयत्न सुरू केला; पण दोर काही सुटत नव्हता.

समोर मात्र तलवारींचा खणखणाट वाढू लागला. सूर्यरावाला सवित्रीचा तलवार चालवायचा हातखंडा मनोमन आवडला. तो पण कच्चा नव्हता. त्यानेही प्रचंड प्रतिहल्ला करत सावित्रीला हुलकावणी दिली. क्षणभर सावित्री फसली. ती संधी साधत सूर्यरावाने तलवारीच्या मुठीचा वर्मी घाव सावित्रीच्या तोंडावर मारला. तिच्या तोंडातून रक्त येऊ लागले; पण क्षणात सावरून तिनेही प्रतिहल्ला केला आणि झुकत सूर्यरावाच्या मांडीवर प्रहार केला. मांडीतून रक्त येऊ लागले. हे पाहताच बाजूचे पथक तलवार उपसून सवित्रीवर धावून आले; मात्र सूर्यरावाने हाताच्या इशाऱ्याने त्यांना थांबवले. आता मात्र सूर्यराव बेभान झाला. एक स्त्री म्हणून सावित्रीच्या तलवार हल्ल्याला त्याने नगण्य समजले होते. आता मात्र त्याने प्रचंड वेगात तलवारीचे वलये, डाव-प्रतिडाव, हूल सुरू करत सावित्रीला

बरेच मागे रेटले; पण सावित्रीने सर्व हात धुडकावत प्रतिहल्ला सुरूच ठेवला आणि एक क्षण... सूर्यरावाने हवेत झेप मारत, गोल गिरकी घेत वार केला. तो वार सावित्रीच्या तलवारीवर लागला. तिची तलवार हातातून निसटली. बस्स! हाच क्षण सूर्यरावाने प्रचंड ताकदीने तलवार सावित्रीच्या दंडावर वर्मी मारली. रक्ताचे फवारे उडाले अन् सावित्री किंचित मूर्च्छित होऊ लागली अन् खाली पडली.

बराच वेळ प्रयत्न करून खंडेरायचे हात सुटले. त्वरित पाय सोडवून त्याने विजेच्या वेगाने सूर्यरावावर झेप घेतली. गरुड जसा सर्पावर झेप घेतो, त्यासारखीच व्याकूळता खंडेरायाच्या डोळ्यांत होती.

सावित्री थोडी शुद्धीवर आली आणि समोर सुरू असलेला प्रकार पाहत तशीच पडून होती. अधीर वेदना तिला उठू देत नव्हत्या.

खंडेरायच्या आकस्मिक हल्ल्याने सूर्यराव तोल जाऊन खाली पडला. खंडेराय त्याच्या छातीवर बसून तोंडावर प्रहार मारू लागला; पण इतक्यात सावध झालेले सूर्यरावचे जवान खंडेरायवर तुटून पडले. त्याने सूर्यरावाला खंडेरायच्या तावडीतून सोडवले आणि ओढत बाजूला आणले. २०-२५ जणांनी करकचून धरलेल्या खंडेरायाने एकाच हिसड्यात सर्वांना भुईवर आदळले. रागाने लालबुंद झालेल्या त्या वीराने समोर सावित्रीच्या हातून गळून पडलेली तलवार उचलली. क्षणभर डोळे मिटून तलवार कपाळाला लावली आणि तो समोरच्या २०-२५ जणांच्या तुकडीवर तुटून पडला.

प्रचंड रणकंदन सुरू झाले. खंडेरायला आडवा येणारा तुटून पडू लागला. कोणाचे हात तुटले, तर कोणाचे पाय, कोणाची शिरे धडावेगळी होऊ लागली, तर कोण उभा चिरू लागला.

काही दिवसांपूर्वीच याच खंडेरायला हातात तलवार धरायला येत नव्हती, अन् आज हा इतक्या सफाईने तलवार चालवत आहे, हे पाहून साऊ आश्चर्याने थक्क झाली. ती वेदना विसरून विचार करू लागली. हा खंडेराय नव्हे तर समशेरबहाद्दर वाटतो.

ती उघड्या डोळ्यांनी खंडेरायचे शौर्य पाहू लागली.

सैन्याची ही कापाकापी पाहून सूर्यराव लाव्हारसाप्रमाणे उसळून हाती तलवार घेऊन खंडेरायच्या आडवा आला आणि मग दोन महावादळे एकमेकांवर प्राणपणाने तुटून पडली.

खंडेरायचा त्वेष, हल्ला जोमाने अडवत अडवत सूर्यराव तलवारीचे हात करू लागला.

सूर्यरावही कच्चा नव्हता. तोही चिवट धारकरी होता. त्यानेही ताकदीने प्रत्युत्तर

दिले. ते दोन्ही वाघ रक्ताबंबाळ होऊन लढू लागले.
अखेर खंडेरायचा आवेश पाहून सूर्यरावाने रणनीती बदलत झुकते माप दिले अन् तिथेच खंडेराय फसला. त्याचा तोल जाताक्षणीच सूर्यरावाने त्याच्या मांडीवर वर्मी घाव मारला. रक्ताचं कारंजं उसळलं. खंडेराय आलेली वेदना सहन करायला एकदम खाली बसला. हे पाहताच सूर्यरावने आपली समशेर खंडेरायाच्या मानेवर ठेवली. एक क्षण त्याने प्रचंड ताकदीने तलवारीने खंडेरायाचे मुंडके तोडायला तलवार मागे नेली आणि पलीकडच्या जंगलजाळीतून सू..सू.. करत आलेल्या एका तीक्ष्ण बाणाने सूर्यरावांच्या खांद्याचा अचूक वेध घेतला. त्या क्षणी तो मागच्या मागे कोसळला.
दुसऱ्याच क्षणी त्या जंगलातून शेकडो बाण सूर्यरावाच्या फौजेवर कोसळू लागले. फौज जखमी होऊ लागली. जंगलाच्या पूर्वेकडून आरोळी घुमली, 'हर हर हर महादेव, छत्रपती शिवाजी महाराज की जय!'
भगव्या जरीपटक्यांचे निशाण डोलवत शिवछत्रपतींच्या मावळ्यांची एक तुकडी हातात नंग्या तलवारी घेऊन सूर्यराव कदंबांच्या फौजेवर तुटून पडली.
सूर्यराव सावध झाला. खांद्यात घुसलेला बाण काढत बाजूच्या हशमाला बोलला, 'ही तर महाराजांची तुकडी आहे. पांढरे निशाण दाखवून थांबायला सांगा सर्वांना.
सूर्यराव मनात विचार करू लागला, आपण शिवाजी महराजांचा कोणताही गुन्हा केलेला नसताना हा छापा कशासाठी असावा?

१०

हातात पांढरे निशाण घेऊन एक हशम क्षणात झेपा टाकत निघून गेला.
ते पाहून मावळ्यांच्या तुकडीचा बाणांचा वर्षाव कमी झाला.
सूर्यरावाच्या भोवती अंगरक्षकांचे कडे पडले.
बाजूच्या दाट झाडीतून निथळती तलवार घेतलेला, अश्वावर स्वार असलेला एक शिलेदार घोड्याचा लगाम खेचत सूर्यरावाच्या पुढे आला.
त्यांच्या मागे केस पांढरे झालेला वयोवृद्ध मावळाही घोड्यावर स्वार होऊन आला होता.
त्या वृद्ध माणसाची नजर काहीतरी शोधत होती आणि त्याने एका व्यक्तीला हेरले आणि घोडे त्याच्याजवळ नेत बोलला, 'खंडोजी, बरा हायंस नव्हं?'
मांडीवरची जखम धरत, वेदना सहन करत तो बोलला, 'होय वस्ताद काका, ठीक आहे मी. '
असे बोलत त्याने एक कटाक्ष समोर अर्धमूर्च्छित असलेल्या सवित्रीकडे टाकला.
मागे उभा असलेला स्वार एकदम पुढे आला आणि सूर्यरावाला बोलला,
'सूर्यराव तुम्हीच ना?'
त्या स्वाराच्या आकस्मिक बोलण्याने सूर्यराव आश्चर्य व्यक्त करत बोलला,
'होय जी, मीच सूर्यराव!'
'पण आम्ही महाराजांच्या कोणत्याच गुन्ह्यात नसताना आमच्या तुकडीवर महाराजांच्या जरीपटक्याच्या तुकडीचा न सांगता छापा का शिलेदार? महाराजांच्या कोणत्याही वाटेला आम्ही नसतो, तर आज असे का?'
सूर्यराव बोलला.
यावर तो स्वार उत्तरला,
'सूर्यराव, आपण ज्यावर शस्त्र रोखले होते, तो मराठेशाहीचा अधिकारी आहे. महाराजांच्या हेरखात्यातील एक प्रमुख हेर बहिर्जींचा खास हेर खंडोजी '
हे ऐकून सूर्यराव गप्प झाला.

त्या स्वाराच्या या बोलण्याने समोर अर्धमूर्च्छित असलेली सावित्री अवाक् झाली. ज्या खंडेरायला तलवार, भाला चालवता येत नाही, जो केवळ नोकरीसाठी आमच्या वाड्यात आला, हे केवळ नाटक होते तर! तिला त्याच्या पराक्रमावर खुश व्हावे हे समजेना की त्याच्या खोटे बोलून वाड्यात येण्यावर राग व्यक्त करावा, हे समजेना.

तो स्वार घोड्यावरून पायउतार झाला आणि समोर उभ्या खंडेराय ऊर्फ खंडोजीला मुजरा करत बाजूला नेले आणि बोलू लागला,

'नाईक, हे काय करून बसला आपण?

तुम्ही स्वराज्याच्या कामगिरीवर असलेले सैनिक आहात. असा जीव धोक्यात घालणे आपणास शोभत नाही. बहिर्जी नाईकांनी आपणास घेऊन येण्यास पाठवले आहे '

'काय?

मला घेऊन यायला? मी कोणती चूक केली आहे?'

असे बोलताच तीन-चार शिलेदारांनी खंडोजीच्या दंडाला धरले.

'नाईक, आम्हाला माफ करा. आम्ही हुकमाचे गुलाम आहोत.'

खंडोजीने पुन्हा सवित्रीकडे पाहिले. त्याच्या मनाची घालमेल सुरू झाली. एक कर्तव्यदक्ष सैनिक असून, असा आततायीपणा खरंच त्याला शोभत नव्हता; पण सावित्रीला सूर्यरावाच्या फौजेने पकडून नेले तेव्हापासून त्याचा मनावरचा ताबाच सुटला होता.

खंडोजीला पकडून ते शिलेदार नेऊ लागले इतक्यात बाजूच्या जंगलातून शिंगे-कर्णे गर्जू लागली. हजारो हशमांच्या किंचाळण्याचा आवाज आणि घोड्यांच्या टापांचे आवाज घुमू लागले.

कोणाचा हल्ला असेल हा?

सूर्यराव, खंडोजी आणि वस्ताद काकासह सारे विचारात पडले; पण सावित्रीने ओळखले.

राजे येसाजीराव शिर्क्यांची नेकजात फौज.

आपल्या एकुलत्या एक लेकीला शे-दोनशे लोकांनी पळवून न्यावे, हे त्यांच्या मनाला अतिशय झोंबले होते. त्यांच्या डोळ्यात केवळ आग होती. त्यांच्या हातातील तलवार आणि मनगटे केवळ शत्रूच्या रक्तासाठी आसुसली होती.

खंडोजीलाही समजले, की नक्कीच राजे येसाजीची घाटमाथ्यावर टेहळणीला गेलेली फौज सावित्रीसाठी येत आहे. त्याने पटकन त्या स्वाराला ही गोष्ट सांगितली. 'माझं ऐका, ही येसाजीराव शिर्क्यांची लेक सावित्री या सूर्यरावाने पळवून आणली आहे.

आपण जर तिला परत शिर्क्यांच्या हाती सुपूर्द केले तर शिर्क्यांचा जास्तच विश्वास आपल्यावर बसेल.'

यावर तो स्वार उत्तरला, 'सूर्यराव व येसाजीराव शिर्क्यांच्या वादात पडणे हे आपले काम नव्हे. तुम्हाला बहिर्जी नाईकांच्या पुढे उभे करणे हे माझे काम आहे.'

त्या स्वाराच्या त्या बोलण्याने खंडोजी पुरता चवताळला. त्याने क्षणात आपल्या दंडाला हिसडा मारला आणि दंड धरून नेणारे मावळे धरणीवर पडले. दुसऱ्याच क्षणी त्या स्वाराच्या कमरेला लावलेली तलवार उपसली आणि त्याच्याच नरड्यावर धरत तो बोलला, 'मला माझ्या हिशोबाने काम करू दे. नाईकांना सांगा, काम जोवर होत नाही, खंडोजी परत येणार नाही.'

बाजूला उभे असलेले वस्तादकाका पुढे येत खंडोजीला म्हणाले, 'खंडोजी, तुझे डोके आहे का ठिकाणावर? आपण कोणत्या कामगिरीवर आहोत आणि तू करत काय आहेस?'

'काका, माझ्यावर विश्वास ठेवा! मी करतो ते ठीकच करतो. तुम्ही निघा इथून. येसाजीराजे शिर्क्यांच्या पदरी कडवे धारकरी आहेत. निभाव लागणे कठीण आहे.'

इतक्यात येसाजीराजे शिर्क्यांच्या पहिल्या तुकडीने हल्ला चढवला. सूर्यराव आणि मावळ्यांची तुकडी दुहेरी लढत सुरू झाली.

खंडोजीने त्वरित त्या स्वाराला बाजूला केले आणि प्रसंगावधान राखत तो सावित्रीजवळ आला आणि तिच्या हाताला धरून उठवू लागला, तितक्यात तिने तो हात झिडकारला आणि त्याच्यावर हाताने प्रहार करू लागताच त्याने तिचा हात पकडून मुरगाळला आणि तिला उचलून पलीकडच्या जंगलातून निघून गेला.

राजे येसाजी शिर्क्यांच्या कडव्या फौजेपुढे सूर्यराव आणि मावळे तोकडे पडू लागले. क्षणात त्यांनी माघार घेत चोरवाटेने पलायन केले.

इकडे खंडोजीने सावित्रीला उचलून जंगलातून बरेच बाहेर आणले होते. पुढे डोंगराची कडेतूट होती आणि हजारो हात खाली नदीचे विशाल पात्र. खंडोजीने एकदा मागे पाहिले आणि ताडले की शिर्क्यांची फौज पाठलाग करत आहे. त्याने कशाचाही विचार न करता सवित्रीसह स्वतःला त्या कडेतूटवरून त्या विशाल नदीच्या पात्रात झोकून दिले.

ही गूढ कथा ऐकता ऐकता सखारामला कधी झोप लागली त्यालाच समजले नाही. सकाळी कोमल सूर्यकिरणांनी त्याची झोपमोड केली. सखारामसह त्याच्या साथीदारांना जाग आली आणि समोरच खंडोजी ते कधी उठतात याची वाट

पाहत होता.

खंडोजीला पाहताच त्यांची झोप उडाली.

'उठा, किती वेळ झाला वाट पाहतोय तुमची,' खंडोजी बोलला.

सखारामने आजूबाजूला पाहिले तर केवळ गर्द दाट झाडी. त्याच्या मनात
प्रश्नांचं काहूर माजलं.

कुठे गेले ते महादेवाचे मंदिर?

कुठे गेली ती सुंदर सावित्री?

कुठे गेला तो मेलेला वाघ?

हा खंडोजी रात्रभर गायब होता. आता कुठून आला?

त्या चौघांच्या डोक्यात प्रश्नांनी थैमान घातले होते. खंडोजी मात्र धीरगंभीर मुद्रेने
त्या चौघांकडे पाहत होता.

११

'कुठे गायब झालात तुम्ही काल रात्री मला सोडून?'
खंडोजीने प्रश्नार्थक मुद्रेने त्या चौघांना सवाल केला.
यावर सखाराम बोलला, 'गायब आणि आम्ही?
तुम्हीच काल संध्याकाळी त्या दाट जंगलाच्या जाळीत आम्हा चौघाना गुंगारा देत गायब झालात.
आणि हो, रात्री तुमची सावित्री पण भेटली होती आम्हाला. तिनेच आम्हाला तुमची पूर्ण कथा सांगितली; पण आम्हाला कशी झोप लागली आम्हालाच समजेना.
आम्हाला इथे कोणी कसे आणले तेवढे सांग बाबा! नसता डोक्याला ताप झाला आहे.
कुठली अवदसा सुचली आणि तुझे ऐकून तुझ्या मागे आलो असे झाले आहे.'
काहीसा वैतागून सखाराम खंडोजीला बोलला.
'काय? सावित्री होती काल तिथे?
अहो, मी तिलाच शोधायला काल जंगलात बाजूला गेलो. काल सकाळीच मला ती तुम्ही भेटला त्या वडाच्या झाडाजवळ भेटणार होती. तिच्या वडिलांची फौज पण दहा कोसांवर आपली वाट पाहत आहे!
तिथेच तुम्हाला नेऊन तुमच्या प्रश्नाचा निवडा करण्यासाठी आमचे वस्तादकाका तुम्हाला महाराजांच्या जवळ घेऊन जातील आणि आम्ही आमच्या वाटेने जाऊ असे नियोजन होते माझे: पण तुम्ही अचानक कुठे दिसेनासे झालात आणि रात्रभर तुमचा शोध घेत मी पहाटे त्या महादेवाच्या पडक्या मंदिराजवळ पोहोचलो तर तिथे एक वाघ रक्ताच्या थारोळ्यात मरून पडलेला दिसला. मला वाटले इथे अजूनही वाघ असतीलतर आपल्या जीवाला धोका आहे, म्हणून मी मंदिरात आलो, तर तिथे तुम्ही चौघे झोपला होतात.
मग एकाएकाला खांद्यावर घेऊन पहाटेच या डोंगरावर आणले. म्हणून तुम्ही

चौघे आणि मी जिवंत आहे आणि तुम्ही उलट मलाच प्रश्न विचारताय?'

खंडोजीचे ते बोलणे ऐकून त्या चौघांना जरा धीर आला.

'अहो खंडोजीराव, आम्हाला माफ करा; पण भीतीने आमची बुद्धी काम करेना. त्यात रात्रभर तुमच्या सावित्रीने तुमची जी कथा सांगितली, त्यावरून तर जास्तच शंका आली.

आम्ही साधे जंगलात राहणारे शेतकरी लोक. तुमच्या थोरामोठ्यांच्या भांडणाची शिकार नको व्हायला. आम्ही जातो माघारी. राहिला सवाल आमच्या वाडीच्या सुरक्षेचा, तर बघू सगळ्यांना घेऊन काहीतरी निवाडा होईलच,' सखाराम निर्धारी आवाजात बोलून गेला.

'अहो, आता तीन-चार कोसांवर आमच्या वस्तादकाकांचे गुप्त ठिकाण आहे. कशाला मागे जाता? सरळ महाराजांच्या कानावर तुमचा विषय घाला. तुमची समस्या कायमची मिटेल आणि सारा वाडा सुखी होईल. माझं ऐका. माघारी फिरलात तर सारी मेहनत वाया जाईल.'

खंडोजीच्या त्या प्रश्नावर चौघांनी पण विचार केला. मागे जाऊन काही प्रश्न सुटणार नाही.

खंडोजी तर महाराजांचा हेर आहे. तो तर किमान खोटं बोलायचा नाही. साधले तर सगळेच चांगले साधले जाईल, असे म्हणत चौघांनी होकारार्थी मान हलवत खंडोजीसोबत जायचा निर्णय घेतला.

एव्हाना सूर्य चांगलाच वर आला होता. भुकेने ते चौघेही हैराण झाले होते. त्यांनी खंडोजीला प्रश्न केला,

'खंडोजीराव, कुठंतरी न्याहारी मिळेल का बघूया का?'

यावर खंडोजी त्वरित म्हणाला, 'चला चला, या डोंगराच्या खालीच मझा घोडा बांधला आहे. त्यावर खाण्यापिण्याचे साहित्य आहे. चला आपण निघू,' असे म्हणत ते पाचही जण डोंगर उतरू लागले.

घोड्याचे नाव घेताच सखारामला त्याचा घोडा आठवला. काल ओढा पार करताना काय दिसले त्याला काय माहिती, कुठे पळून गेला;

पण माझा घोडा खूप इमानदार आहे. अशी साथ सोडून जाणार नाही कधी. नक्कीच काय तरी आक्रित बघितलं असणार त्याने...येईल तो नक्की परत. मला विश्वास आहे...आपल्या मनाशीच सखाराम बोलत होता.

बराच वेळ डोंगर उतरत असताना त्यांना दुरूनच खंडोजीचा घोडा दिसू लागला. खंडोजीला पाहून त्याचे खिंकाळणे सुरू झाले.

खंडोजीने घोड्याच्या मानेवर, तोंडावर मायेने हात फिरवला.

रात्रभर पावसात भिजून गारठलेल्या घोड्याला त्याने दिलासा मिळाला.

त्याने घोड्यावर एका घोंगडयात बांधलेली चटणी, कांदा आणि नाचणीची भाकर काढली.

खंडोजीने घोड्याचं दावं सोडलं आणि त्याला चरायला सोडलं.

पाचही जण भाकरीचा तुकडा मोडून खाऊ लागले.

खाता खाता दूरवर सखारामचा काल गायब झालेला घोडा दूरवर दृष्टीस पडला. त्याला पाहताच सखाराम आनंदाने उठून उभा राहिला.

त्याने जोरजोरात त्याच्याकडे पाहत हाका मारायला सुरवात केली आणि त्याच्या रोखाने चालू लागला.

आपल्या धन्याची हाक ऐकून सखारामचा घोडा धावत त्याच्याकडे येऊ लागला. सखाराम खूप आनंदी झाला.

पाठीमागून खंडोजीने सखारामच्या पाठीवर हात टाकला आणि म्हटलं,

'जातिवंत जनावर दिसतंय.'

'व्हय, लय जीव हाय माजा हेच्यावर.'

पण काय झालं कोणास ठाऊक. समोरून धावत येणारा सखारामचा घोडा क्षणात थांबला. सखारामकडे पाहत पाहत मागे सरकू लागला आणि क्षणात सुसाट वेगाने मागे पळून गेला.

त्याचे धावणे पाहताच सखाराम पण मागे लागला; पण घोडा क्षणात जंगलात गायब झाला.

खिन्न मनाने सखाराम खंडोजीजवळ आला. म्हणाला, 'काय याला आक्रित दिसतंय समजंना. मला सोडून कवाबी असा वागला नव्हता आजवर. नक्कीच कायतरी आक्रित हाय! जाऊ दे! जातोय कुठं? येईल माघारी. चला, चार घास खाऊन घेऊया,' असे बोलत खंडोजी व सखाराम माघारी आले.

सर्वजण भाकरी-चटणी-कांदा खाऊ लागली.

सखराम बोलला, 'खंडोजीराव, रात्री सावित्रीबाईनी तुमची कथा सांगितली. खरंच मला अभिमान वाटला, की मी एका मराठेशाहीच्या हेरासोबत हाय; पण पुढं काय झालं तुमचं सांगशीला का?

त्या डोंगरावरून तुम्ही दोघांनीही खाली नदीत उडी का मारली?

त्यानंतर काय झालं?

किंचित हसत खंडोजी बोलू लागला,

'काय सांगू मंडळी, आयुष्यात केवळ व्यायाम, धाडस आणि मेहनत याच्या जिवावर महाराजांच्या सैन्यात प्रवेश मिळवला होता.

ऐन तारुण्यात खुद्द बहिर्जी नाईकांचा खास मर्जीतला हेर झालो होतो. आयुष्यात प्रेम म्हणजे काय असतं, हे कधी समजून घ्यायला वेळच मिळाला नव्हता;

पण राजे येसाजीराव शिर्क्यांच्या लेकीला जेव्हा पहिल्यांदा पाहिले , तेव्हा त्या रात्री डोळ्याला डोळा लागला नव्हता. सारखा तिचा तो चेहरा समोर येत होता. मनात एक प्रकारची ओढ निर्माण झाली होती.
त्या रात्री कदंबांच्या हल्ल्यात तिने एकाकी चढाई केल्याचे समजताच माझा तोल गेला. मी वस्तादकाकांना सांगून तिचा जीव वाचवायला सूर्यरावांच्या फौजेचा एकट्याने पाठलाग केला. मी जाणून होतो सूर्यराव आणि महाराजांचे कोणतेच वैर नव्हते; पण साऊसाठीची तळमळ स्वस्थ बसू देत नव्हती.
मी धोक्यात असल्याची खबर काकांनी खेडेबाऱ्याला पोहोच केली आणि २०० मावळ्यांची तुकडी माझ्यासाठी धावून आली. मी जर साऊला तिथेच सोडून गेलो असतो तर नक्कीच सूर्यरावाने तिला एकतर मारून टाकले असते, नाहीतर यातना देत शिर्क्यांना झुकवले असते आणि जर शिर्क्यांच्या हाती दिले असते तर माझे गुपित तिला समजले होते आणि तीसुद्धा जातिवंत होती. तिने नक्कीच हे सर्व तिच्या बापाला सांगितले असते आणि आमचा येसाजी शिर्क्यांच्या राज्याचा पाडाव करायचा बेत फसला असता. म्हणून मी कोणताही विचार न करता वस्तादकाकांचाही हुकूम डावलून तिला घेऊन त्या भयाण कड्यावरून नदीत उडी मारली...!
दुथडी भरून वाहणाऱ्या त्या नदीत आम्ही दोघेही पडलो...साऊच्या नाकातोंडात पाणी गेल्याने तिची शुद्ध हरपली...पण मी शुद्धीत होतो...तिचा हात धरून कसाबसा पोहू लागलो...पण पाण्याच्या वेगाने मी खूप दूरवर वाहत वाहत एका भयाण जंगलात पोहोचलो...!'
खंडोजीने साऊचा हात धरून तिला नदीच्या काठावर पण जंगलाच्या तोंडावर असलेल्या एका विशाल दगडावर झोपवले आणि कमरेला असलेले कट्यार, खंजीर काढून बाजूला ठेवला आणि शेल्याने तोंड पुसत साऊच्या डोक्याखाली शेला ठेवला...सावित्रीचे ते सौंदर्य खंडोजी कितीतरी वेळ पाहत होता...त्याच्या हृदयाची कंपने तीव्र होत होती...आयुष्यात पहिल्यांदाच कोणत्या तरी स्त्रीचे सौंदर्य तो पाहत होता.
तितक्यात अचानक सावित्रीला जाग आली.
डोक्यावर हात ठेवत ती वेदना सहन करत उठली आणि बाजूला उभ्या असलेल्या खंडोजीकडे कटाक्ष टाकला आणि दोन्ही हात छातीवर नेत बोलली, 'दूर व्हा!'
क्षणात खंडोजी शेला तिच्या हातात देत बोलला, 'घाबरू नका बाईसाहेब, तुम्ही सुखरूप आहात.'
त्वरित हाताला हिसडा मारत तो शेला घेऊन तिने खांद्यावर, छातीवर झाकत

सावरत बोलली, 'मी सुखरूप राहीनच. तुम्ही तुमची काळजी करा!
आमच्या वडिलांचा विश्वासघात करून त्यांच्या वाड्यात प्रवेश मिळवला आणि आमच्या खबरा शिवाजी महाराजांना देता?
एका पहिलवानाला शोभते का ही गद्दारी?'
खंडोजी बोलला, 'गद्दारी आणि आम्ही?
गद्दारी केली तुमच्या वडिलांनी. सारा महाराष्ट्र शिवाजी महाराजांच्या मागे ठाम असताना तुटपुंज्या फौजेच्या जिवावर मराठेशाहीशी वैर शोभते का येसाजी शिर्क्यांना?
सूर्यराव कदंबाला हातात शस्त्र घ्यायला मजबूर करणारे तुमचे बापजादे शिवाजी महाराजांची महती काय समजणार?'
यावर सावित्री खवळून बोलली, 'ते काहीही असो. राजे येसाजी शिर्क्यांची दौलत जरी महाराजांच्या सैन्यापुढे तोकडी असली तरी आमच्या राज्यापुरते आम्ही सुखी आहोत. कोणीही दु:खी नाही. आमच्या आबांच्यावर निष्ठा बाळगणारी कित्येक जण तरी आहेत!'
'निष्ठा?'
खंडोजीसुद्धा संतापाने बोलला.
'निष्ठा सत्कारणी असावी. आगलाव्या आगंतुक आदिलशाहीवर कसली निष्ठा? ज्यांना माणूस आणि जनावरे यातला भेद माहिती नही...ज्यांचा इतिहास हा कत्तली आणि जाळपोळी, बलात्कार, लुटालूट यांनी भरलेला आहे.
३५० वर्षं जुलूम-जबरदस्ती करणारे तुमचे आदिलशाही हात तोडून टाकले आमच्या महाराजांनी!
आज महाराष्ट्र सुखात आहे, तो केवळ महाराजांच्या पुण्याईमुळे...बस्स...आम्ही त्यांच्यासाठी जीवही देऊ...!'
'बोलून ताकद वाया घालवू नका!' क्षणात सावित्री बोलून गेली, 'असेल हिंमत तर माझ्याशी चार हात कर आणि तुझा प्राण वाचव. मी पण माझ्या राज्यासाठी प्राण देऊ शकते!'
सावित्रीच्या आकस्मिक आव्हानाने खंडोजी सावध झाला. तितक्यात सावित्रीने खंडोजीवर जबरदस्त प्रहार सुरू केले. खंडोजीचा तोल गेला; पण क्षणात सावध होऊन त्याने गिरकी घेत, सावित्रीचा हात मुरगाळून मागे आवळत बोलला,
'बाईसाहेब, आम्ही शिवछत्रपतींचे शिपाई आहोत. स्त्रियांवर कधीच हात उगारत नसतो. बऱ्या बोलानं गप्प बसा. नाहीतर हातपाय बांधून उचलून न्यावं लागेल!'
सवित्रीचा हात घट्ट मागे धरल्याने तिचा आवेश पूर्ण मावळला.
हे सर्व सुरू असताना जंगलातून एक बाण वेगाने बाहेर आला, ज्याने

खंडोजीच्या पायाचा वेध घेतला. एका आर्त वेदनेने खंडोजीला भोवळ आली आणि तो सावित्रीला सोडून खाली पडला.

सावित्री सावध होऊन पळून जायच्या बेतात होती,

तितक्यात जंगलातून पाचपन्नास काळेकभिन्न लोक हातात भाले, बरचे घेऊन बाहेर आले...त्यांचे ते उग्र कुरूप चेहरे पाहताच सावित्री भयकंपित झाली.

१२

सडसडीत देहाचे, अंगावर, शरीरावर चित्रविचित्र पांढरे पट्टे ओढलेले, केवळ लज्जारक्षणाएवढे कपडे घातलेले ते जंगली लोक कमालीचे क्रूर असावेत हे त्यांच्या चेहऱ्यावरूनच दिसत होते.

एकाने पुढे होऊन सावित्रीच्या दंडाला पकडायचा प्रयत्न केला; पण सावित्रीने त्याचा हात वरच्यावर पकडून हिसडा मारला. त्याचा तोल जाऊन तो खाली पडला. आपल्या साथीदाराला खाली पडलेले पाहताक्षणी ते लोक बेताल किंचाळत सावित्रीच्या रोखाने धावत सुटले आणि ते पाहताच सावित्रीसुद्धा पुन्हा नदीच्या दिशेने धावू लागली. पुढे नदी, पाठीमागे जंगली लोक अशा विचित्र परिस्थितीत तिने कशाचाही विचार न करता नदीच्या प्रवाहात उडी टाकली. नदीच्या वेगवान धारेत ती वाहून जाऊ लागली. तिच्यापाठोपाठ त्या सर्वच्या सर्व जंगली लोकांनी नदीत उडी मारून सवित्रीचा पाठलाग सुरू ठेवला.

बराच वेळ पाण्यात वाहत गेल्यानंतर एका वळणावर असलेल्या गुहेच्या दिशेने सावित्रीने पोहणे सुरू केले आणि काही वेळात ती गुहेत पोहोचली.

पोहून दमलेली सावित्री त्या गुहेत दमछाक होऊन पडली; पण आपल्या पाठीमागून जंगली लोक येत आहेत याची जाणीव तिला होताच ती गुहेतील पाण्यात हळूहळू चालू लागली.

बराच वेळ चालत राहिली आणि एका ठिकाणी गुहेतील पाणी कमी होत जमीन लागली. आता ती धावू लागली.

बराच वेळ धावल्यावर तिला दूरवर प्रकाश दिसू लागला.

ती त्या प्रकाशाकडे धावली आणि तिला जाणवले, की जंगली लोकांनी तिची पाठ सोडली नव्हती.

ती त्या प्रकाशाजवळ आली.

एक पुरुष आत जाईल इतक्या उंचीची ती एक वाट जंगलाकडे जात होती.

ती त्या वाटेवरून बाहेर पडली आणि जंगलात पोहोचली.

समोर एका विशाल शिळेवर चित्रविचित्र आकृत्या कोरल्या होत्या. एका उंच झाडाच्या फांदीवर एका मनुष्याच्या हाडाचा सांगाडा पाय वर आणि हात खाली अशा स्थितीत लटकत होता.

सवित्रीचा पाय एका दगडाला धडकला. तिचा तोल गेला आणि पडली.

आता ते लोक तिच्यापर्यंत पोहोचले. ते लोक मनस्वी खुश झाले, की बऱ्याच दिवसांनी त्यांची भूक मिटणार होती; पण तितक्यात एका चित्रविचित्र आवाजाने त्या सर्वांचे लक्ष समोरच्या दगडाकडे गेले.

भीतीने त्यांचे डोळे विस्फारले.

त्या लोकांचा म्होरक्या हात जोडून भीतीने बोलू लागला, 'ब... ब...ब बाजिंद.... बाजिंद..!'

अक्षरश: वाऱ्याच्या वेगाने आल्या पावली ते परत धावू लागले.

धावताना कोणी धडपडत होते, कोणी किंचाळत होते, तर कोणी जीव वाचावा म्हणून फक्त धावतच होते. कोणताच विचार न करता पुन्हा नदीत उडी टाकून पोहत पोहत ते आल्या मार्गाने परत जाऊ लागले.

इकडे, सावित्रीला समजेना, की या लोकांनी असे काय पाहिले, ज्याला बघून हे इतके घाबरले आहेत....!

तिने स्वतःला सावरले. मन खंबीर केले आणि समोरच्या भव्य पाषणाकडे पाहू लागली. क्षणात तिथून अनेक वटवाघुळं एकाच वेळेस बाहेर पडली.

त्यांच्यामागून दोन प्रचंड वाघ येत होते. त्यांच्या मधोमध एक धिप्पाड युवक सिंहासमान चालीने चालत होता. ते दोन वाघ जणू त्याच्या अंगरक्षकासारखे त्याच्या बरोबर चालत होते. ते सावित्रीच्या दिशेने येत होते.

सरळ नाक, आग ओकणारे त्याचे घारीसारखे डोळे, चेहऱ्यावर एखाद्या राजपुत्रासारखी चमक, कमरेला लटकत असलेली तलवार, एखाद्या पुराणपुरुषासारखे अजस्त्र बाहू, पिळदार दंड, भरीव छाती पाहताक्षणीच कोणाच्याही हृदयाचा थरकाप उडावा, असे त्या युवकाचे व्यक्तिमत्त्व होते.

सावित्री खिळल्यासारखी उभी राहिली.

जंगलात सर्वत्र पक्ष्यांचा किलबिलाट सुरू झाला. आसपास सरपटणारे निशाचर एकाच वेळी बाहेर आले....जंगली प्राणी अस्वस्थ होऊन किंचाळू लागले. जणू काही तो युवक या सर्व जंगलाचा नव्हे तर सभोवतालच्या अणूरेणूचा स्वामी होता.

महत्त्वाकांक्षी नजरेचा तो युवक जसजसा सावित्रीच्या जवळ येऊ लागला, तसतसे रात्रकिडे, पक्षी, वटवाघळे, असंख्य लहानमोठ्या जीवांचा गोंगाट प्रचंड वाढू लागला. सावित्रीला ते सहन होईना. तिने दोन्ही हात कानावर ठेवले...तो

आवाज वाढू लागला...बस्स! आता काही पावले...एकतर ते वाघ सवित्रीवर तुटून पडणार, नाहीतर, इतर जंगली जीव तरी सावित्रीचा प्राण घेणार...तिला हे सर्व असह्य झाले आणि डोळे बंद करत ती जिवाच्या आकांताने किंचाळली.
तिची किंचाळी ऐकताच तो युवक जागेवर थांबला...एक स्मितहास्य करत त्याने चहूबाजूला नजर फिरवली, तसे सर्व पशू-पक्षी, जीवजंतू शांत झाले...एका क्षणात सारा गोंगाट मौन झाला.
सावित्रीने डोळे उघडले. आता तो पुरुष स्मितहास्य करत उभा होता. तिथे ना वाघ होते, ना इतर प्राण्यांचे आवाज.
इकडे, जिवाच्या आकांताने पळालेले जंगली लोक जिथे खंडोजी बेशुद्ध होता, तिथे आले.
धडपडत, धापा टाकत ते खंडोजी कुठे दिसतो का ते पाहू लागले, अन् क्षणात त्या लोकांवर सपासप वार होऊ लागले.
कोणाचा हात तुटून पडला, तर कोणाचा पाय...काही क्षणात दहा-बारा जंगली लोक कर्दळीसारखे कापले गेले. काही जंगलात पळून गेले, उर्वरित तिघे-चौघे जिवाची भिक्षा मागत जमिनीवर लोळू लागले.
समोर खंडोजी वीरासन घालून त्या जंगली लोकांवर तलवार रोखून उभा होता. जे जिवाची भीक मागत होते, त्यातल्या एकाच्या छातीवर पाय ठेवत खंडोजी गर्जून बोलला, 'सांग, माझ्याबरोबर असणारी मुलगी कुठे आहे? काय केले तुम्ही?'
जिवाच्या भीतीने थरथर कापत त्यातला एकजण बोलला, 'बाजिंद... बाजिंद... बाजिंद!'
असे म्हणत ते जंगलात पळून जायचा प्रयत्न करू लागले.
खंडोजीने त्यातल्या एकाला पकडले आणि खडसावले,
'बाजिंद काय?
बोल! नाहीतर ही तलवार तुझ्या छातीत घुसवेन...!'
त्याचे ते बोल ऐकताच त्या भिल्लाने ती तलवार खसकन स्वतःच्या छातीत खुपसून घेतली. मान नकारार्थी हलवत, 'बाजिंद..बाजिंद!' असे म्हणत तो तिथल्या तिथे गतप्राण झाला. त्याच्या नजरेतली भीषण संकटाची चाहूल मेल्यावरही तशीच होती.

१३

त्याने स्वत:च्या छातीत खूपसून घेतलेली तलवार उपसून कमरेला लावत खंडोजीने त्याला खाली ठेवले.

सावधपणे चौफेर नजर फिरवत खंडोजी विचार करू लागला, 'बाजिंद...काय असेल हे बाजिंद?'

एव्हाना सूर्य मावळतीकडे झुकला होता. संधीप्रकाशामध्ये जंगलातील झाडेझुडपे झळाळली होती.

एक दीर्घ श्वास घेऊन खंडोजीने पायात घुसलेल्या बाणामुळे झालेल्या जखमांवर जंगलातील पाला बांधला.

तो नदीच्या पात्राकडे पाहू लागला.

मनात विचारांचे काहूर माजले.

सावित्री कुठे गेली असेल?

हे जंगली लोक जिवाच्या आकांताने का धावत होते?

बाजिंद?

काय असेल हा प्रकार, ज्याचे नाव घेताच त्या जंगलीने मरण पत्करले; पण गूढ नाही सांगितले.

हा काय प्रकार आहे, हे मात्र आता शोधून काढलेच पाहिजे, असा निर्धार करत खंडोजीने त्या नदीच्या विशाल पात्रात उडी घेतली.

नदीच्या पाण्याच्या ओढीने तो वाहू लागला. नदीचा काठ नजरेसमोर ठेवत त्याने तिरकस पोहायला सुरवात केली.

काही अंतरावर त्यालाही ती गुहा दिसली.

या घनदाट जंगलात, नदीच्या कडेला गुंफा असणे हे नक्कीच नवल आहे, हे त्याने जाणले आणि त्याने त्या गुंफेच्या दिशेने पोहायला सुरुवात केली.

गुहा जवळ आली. खंडोजीचे पाय जमिनीला लागले, दम खात तो गुहेकडे चालू लागला.

ती गुहा खूप अंधारी होती. एकेक पाऊल तोलूनमापून टाकत खंडोजी आत जाऊ लागला...एव्हाना गुहेतील पाणी संपून जमीन लागली होती.

बराच वेळ चालल्यावर गुहेच्या त्या बाजूला मंद प्रकाश दिसू लागला. नक्कीच त्या बाजूने बाहेर पडायची वाट असेल, असा विचार करत एका हातात तलवार, दुसऱ्या हातात खंजीर पेलून सावध पावले टाकत खंडोजी त्या गुहेतून बाहेर आला.

सूर्य पूर्ण अस्ताला गेला होता. खंडोजी जखमी होता. सावित्रीला शोधण्यासाठी वेदना सहन करत तो तिथे आला होता.

ते अगदी घनदाट अरण्य होते, रात्रपक्षी भिरभिरत होते. रातकिड्यांचा आवाज मेंदूला झिणझिण्या आणत होता. पावलं नेतील तसा खंडोजी चालू लागला. अचानक त्याला कोल्हेकुईसोबत रानकुत्रें केकाटल्याचा आवाज आला...त्याच्या अंगावर सर्रदिशी काटा आला...आजवर इतक्या मोहिमांत हेरगिरी केली; पण या जंगलातील भयानकता खरोखर अंगावर काटा आणणारी होती.

आवंढा गिळत, प्रत्येक पाऊल सांभाळून टाकत तो चालू लागला. तितक्यात समोरच्या विशाल वडाच्या झाडामागून कोणीतरी एकदम वेगात त्याच्या दिशेने येत असल्याची चाहूल त्याला लागली. त्याच्या पावलांचा आवाज स्पष्ट होताच खंडोजीने वीरासन पवित्रा घेतला. नजर स्थिर केली. त्याच्या हृदयाचे ठोके वाढले, सर्वांग घामाने भिजले...त्याने मनोमन विचार केला, 'ही पावले जर माणसाची नसून एखाद्या जनावराची असली, तर आपला खेळ संपला आज...आणि नक्कीच ते जनावर असेल. असल्या भयाण जंगलात कोण मनुष्य येतो मरायला?'

त्याने डोळे मिटून एक क्षण शिवछत्रपतींचे स्मरण केल, ज्यांनी केवळ खंडोजीची नव्हे तर साऱ्या महाराष्ट्राची भीती घालवून आयुष्याला अर्थ प्राप्त करून दिला होता, त्यांचे क्षणभर स्मरण करून तो मरायला, मरायला तयार झाला.

आता क्षण दोन क्षण. बस्स...काहीही होणार हे त्याने ताडले..अन्...

क्षणार्धात कोणीतरी मागच्या बाजूने त्याचे तोंड दाबले आणि त्याला ओढत ओढत एका झाडाच्या मागे नेले. त्याचे तोंड दाबणारा हात खूप शक्तिशाली वाटला; पण एक प्रकारची नाजूकता होती त्या हातात. त्याने ताकदीने त्या हाताची मिठी सोडवली आणि सावध होऊन मागे पाहतो, तर ती प्रत्यक्ष सावित्री होती. नजर विस्फारत तो मागे सरकू लागला...तो मागे हटतोय हे पाहताच तिने त्याचा हात पकडला आणि त्याच्या ओठांवर हात ठेवत मान नकारार्थी हलवू लागली.

तो आवाज पुन्हा तीव्र होत झाडामागून दौडत गेला. मग एक मोठी आरोळी उमटली आणि तो आवाज शांत झाला.

आकस्मिक घटनेने भांबावून गेलेल्या खंडोजीला नेमके काय सुरू आहे समजेना. त्याने प्रश्नार्थक नजरेने सवित्रीकडे पाहिले. सावित्रीने त्याच्या ओठांवर दाबून ठेवलेला हात सैल करत ती म्हणाली, 'तुम्हाला माहिती नाही किती महाभयानक धोक्यात फसलोय आपण!

लहानपणापासून या भागाबद्दल मी केवळ ऐकून होते. इथे घडत असणारे चित्रविचित्र प्रकार, आकस्मिक घटना, जे काही ऐकले होते ते आज नशिबाने भोगणे माझ्या वाटेला आले आणि भरीस भर म्हणून तुम्हीही इथे आलात...मला खात्री आहे की आपण दोघंही आता जिवंत राहणार नाही. नेमके आपले मरण कसे असेल याचाच मी विचार करत आहे, असे बोलत सावित्री धाय मोकलून रडू लागली.

तिला सावरण्याचा प्रयत्न करत खंडोजी बोलला, 'बाईसाहेब शांत व्हा! नेमका काय प्रकार आहे मला सांगा. असे काय आक्रीत घडले, की तुमचा धीर इतका सुटावा? मी शिवछत्रपतींचा शिलेदार आहे. संकटांशी लढणे हा माझा छंद आहे. सांगा, काय आहे इथे?'

आलेला हुंदका आवरत ती बोलू लागली, 'आपण अनावधानाने एका महाभयानक जंगलात आलोय, जिथून परत जाणे यमालाही अशक्य आहे...हे जंगल 'बाजिंद'चे आहे? 'बाजिंद' नाव उच्चारताच वाऱ्याची मोठी झुळूक आली आणि दोघांना स्पर्शून गेली.

'बाजिंद'...?

काय आहे हा प्रकार?

मघाशी तुमच्या पाठीमागे लागलेल्या भिल्लाने 'बाजिंद' 'बाजिंद' म्हणत प्राण सोडला!

मला सांगा नेमके बाईसाहेब...मला जाणून घ्यायचे आहे ते...!'

सावित्री गूढ आवाजात सांगू लागली....'बाजिंद..!'

शंभर एक वर्षांपूर्वीची गोष्ट असेल ही. मी खूप लहान होते तेव्हा माझ्या आजीने सांगितली होती.

तशी ती आमच्या गावातल्या सर्व लोकांना माहिती आहे.

मोगलांच्या टोळधाडी महाराष्ट्रावर कोसळू लागल्या होत्या आणि गावेच्या गावे होरपळत होती...अन्याय, अत्याचार याने कहर माजला होता..!

यशवंतमाची पलीकडे १०० कोसांवर असलेल्या चंद्रगड गावात तो राहत असे..!

एक अजिंक्य मल्ल, सावध नेता, कुशल राजकारणी, मुत्सद्दी सरदार..!
बाजीराव सरदेशमुख!

त्याच्या बेडर स्वभावामुळे आणि कधीच पराभूत न होणाऱ्या चालीमुळे पंचक्रोशीत तो बाजिंद म्हणून ओळखला जात असे.

एक दिवस मोगली सरदार हुसेनखान आपल्या चार हजार स्वारांना घेऊन तळकोकणात उतरला आणि त्याचा मुक्काम पडला चंद्रगडपासून अवघ्या दहा कोसांवर.

१४

'**चं**द्रगड'

हजार-दोन हजार लोकवस्तीचे गाव.

महाबळेश्वर... महादेवाच्या घनदाट अरण्यातील शेवटचे टोक.

सह्याद्रीच्या दऱ्याखोऱ्यांत बिकट मार्गावर वसलेले हे गाव.

अशा घनदाट अरण्यात राहण्याचे धाडस केवळ वाघातच असते.

चंद्रगडची माणसे पण काही वाघापेक्षा कमी नव्हती.

अशा हजार, दोन हजार वाघांचा म्होरक्या होता चंद्रभान सरदेसाई..!

बाराव्या शतकाच्या अखेरीस महाराष्ट्रात ज्ञानेश्वर माउली समाधिस्थ झाले आणि सर्व महाराष्ट्रावर जणू अवकळा पसरली.

राजे रामदेवराय यादवांचा वैभवसंपन्न महाराष्ट्र गनिमांच्या परकीय सत्ताधाऱ्यांच्या टोळधाडीची शिकार होऊ लागला.

कर्तृत्ववान मनगटांची कित्येक राजघराणी परकीय सत्तेची मांडलिक बनू लागली. सत्ता, जहागिरी, स्वार्थ यासाठी स्वकीयांच्या माना तलवारीने उडवणे म्हणजे पोरखेळ होऊ लागला होता.

स्वाभिमान, स्वत्व नावालाही शिल्लक नव्हते असे म्हटले तरी वावगे नव्हते.

अशा प्रतिकूल परिस्थितीत क्षात्र तेज असणारी काही छोटी छोटी राजघराणी नावापुरती का होईना महाराष्ट्रात आपले अस्तित्व टिकवून होती.

आजून परकीय किंवा स्वकीय मांडलिकांच्या नजरा त्यांच्यावर पडल्या नव्हत्या आणि पडल्याही असत्या तरी ही घराणी स्वाभिमानासाठी मरण पत्करणारी होती.

अगदी बोटावर मोजण्याइतपत शिल्लक असणाऱ्या अशा राजघराण्यांपैकी एक छोटेसे घराणे होते...चंद्रगडचे सरदेसाई घराणे!

चंद्रभान सरदेसाई गावचे प्रमुख कारभारी.

गनिमांचा अन्याय, अत्याचार राजे चंद्रभान ऐकून होते.

त्यांनी गावातील शे पाचशे तरुण पोरांची फौज तयार केली.

ग्रामदैवत भैरवनाथाच्या अतिप्राचीन मंदिरामागे भव्य तालीम उभी राहिली. त्यामध्ये कुस्ती, तलवार, भाला, गदा, धनुष्य यासह अनेक युद्ध प्रकारांचे प्रशिक्षण सुरू झाले.
बाजीराव सरदेसाई हा चंद्रभान सरदेसाई यांचा तरुण मुलगा.
आपल्या गावावर, देवावर, वडिलांवर त्याचे खूप प्रेम होते.
ऐन तारुण्यात कुस्तीसह इतर युद्धकला त्याने लीलया आत्मसात केल्या होत्या.
नेहमी स्वप्नात वावरणाऱ्या बाजीला एकटे राहणे खूप आवडत असे.
भर घनदाट जंगलात तो दिवस दिवस फिरत असे.
वेगवेगळ्या जंगली प्राण्यांचे आवाज त्याला समजू लागले होते.
पशू-पक्ष्यांची अद्भुत दुनिया तो समजून घेऊ लागला होता.
किडे-कीटक-मुंगीपासून ते क्रूर वाघ-सिंहासारख्या हिंस्त्र पशूंची गूढ भाषा त्याला अवगत झाली होती.
चिमण्यांची भांडणं कळू लागली.
अस्वले, हत्ती सारेच त्याच्या ओळखीचे झाले.
सूर्योदयापूर्वी तो उठत असे.
अंघोळपाणी आवरून तालमीत कुस्तीचा सराव करत असे. दोन दोन तासांची लढत झाली की मग जोराचा ठेका सुरू होत असे.
पाच हजार जोरांनंतर मग कुठे त्याला किंचित दम लागत असे.
त्यानंतर तलवारीचे हात, दांडपट्टा याचा सराव झाला, की शेरभर तुपातला शिरा न्याहारीला येई. सोबत देशी गाईचे पाच शेर आकरी दूध रिचवून बाजी धनुष्यबाण अडकवून आपल्या आवडत्या 'पक्षा' घोड्यावर मांड ठोकून जंगलात जात असे.
एक दिवस जे व्हायचे तेच झाले.
गनिमांची नजर या चंद्रगडवर पडली.
चंद्रगड मारल्याशिवाय तळकोकणात जाणे अवघड होते, हे जाणून मोगली सरदार हुसेनखान त्याच्या चार हजार कडवट स्वारांसह आणि कुटुंबकबिल्यासह उतरला.
हुसेनखानची खबर चंद्रभानला समजताच त्याने त्वरित बाजी व सहकाऱ्यांची बैठक बोलावली.
आता आपले गाव गनिमांची खास शिकार होणार या भीतीने चंद्रभान हतबल होऊन बोलू लागला,
'चार हजार सैन्यापुढे आपला टिकाव लागणे अवघड आहे. त्यामुळे त्याच्या सैन्यात फूट पाडून त्याला जंगलात संपवणे उचित होईल.' बाजीला या कामाचा

विडा दिला गेला.

बाजीने आपल्या वडिलांना धीर देत आपण ही कामगिरी चोख बजावू अशी ग्वाही दिली.

बाजीने त्याच्या विश्वासातील शंभर चिवट धारकरी निवडले आणि मध्यरात्री हुसेनखानाच्या छावणीत घुसायचे ठरवले. साधलेच तर खुद्द हुसेनला ठार करू आणि मागे येऊ असा बेत ठरवून ते १०० वीर वाघाच्या काळजाने निघाले.

काळ्या पोषाखातील ती शंभर तलवारबहाद्दर भुते जंगलाची वाट चालू लागली. छावणी जवळ आल्याची चाहूल लागली.

मोगली चाँदसिताराचा ध्वज फडकत असलेली छावणी हुसेनखानाची आहे, असे बाजीने ताडले आणि सर्व धारकऱ्यांना वेगवेगळी कामे सांगून स्वत:सोबत पाच अंगरक्षक घेऊन तो स्वत: छावणीकडे निघाला.

छावणी जवळ आली आणि त्याने मांजराची पावले टाकत, परिस्थितीचा अंदाज घेत मागून चाल करायचे ठरवले.

जवळ पोहोचल्यानंतर कमरेची तलवार छावणीच्या कनातीत घुसवत बाजी आत शिरला.

हुसेनखान कुठे झोपला असावा, याचा अंदाज बांधत त्याने तंबूच्या एका विभागात पाऊल टाकले. तितक्यात मागून कोणीतरी त्याला घट्ट पकडले. क्षणात ती मिठी सोडवून त्याने समोरासमोर पवित्रा घेतला. बांधलेल्या त्या हशमाशी त्याची जुंपली.

तलवारीच्या खणखणाटाने सारी छावणी जागी झाली आणि तंबूकडे धावू लागली.

बाजीने बगल देताच पुढचा हशम झुकला. बाजीने आपली तलवार त्याच्या तोंडावर बांधलेल्या अवलानात घुसवली आणि ते कापड फाडले. तो हशम नसून एक स्त्री आहे हे बाजीने पाहिले.

तिचे केस विस्कटले गेले आणि मशालीच्या उजेडात तिची सतेज कांती आणि बोलके डोळे दिसले आणि बाजीच्या हृदयाचा ठाव घेतला.

आपण लढाईत आहोत याचे भान हरपून तो तिचे मूर्तिमंत सौंदर्य न्याहाळू लागला. इतक्यात शेकडो हशम एकाच वेळी त्याच्यावर तुटून पडले आणि दोरखंडाने त्याला बांधून मैदानात आणले गेले.

हुसेनखान स्वत: युद्धाचा पोषाख घालून हातात नंगी तलवार घेऊन बाहेर आला आणि त्या स्त्रीला उद्देशून बोलला, 'बहुत खूब नूरजहाँ... हमे फक्र है कि आप हमारी बेटी हो!'

बाजीला कळले, की ती हुसेनखानची मुलगी आहे.

चवताळलेल्या हुसेनखानाने रागाने बाजीकडे पाहत त्याच्यावर समशेर रोखली. तितक्यात सारी छावणी थरारली.
साऱ्या जंगलात किडा, कीटक, साप, मुंगीपासून हत्ती, सिंह, वाघ एकाच वेळी प्रचंड गर्जना करत बाहेर पडले. दिसेल त्याची शिकार होऊ लागली.
समोर काय होत आहे हे हुसेनखानला समजेना.
त्याची शूर फौज साप चावून, हत्तीच्या पायाखाली, अस्वलांच्या हल्ल्यात , वाघाच्या तोंडी मरू लागली...उरलेली वाट दिसेल तिकडे पळत सुटली....सारी फौज क्षणात विखुरली.
काय घडत आहे बाजीलासुद्धा समजेना. एकटा तो सोडून सर्वांवर प्राण्यांचा कडाडून हल्ला होत होता. इतक्यात एक हिंस्त्र वाघ छलांग मारत नूरजहाँच्या समोर आला आणि तिच्यावर तो हल्ला करणार तेवढ्यात बाजी सावध झाला. एका हाताने तिला बाजूला करत आपली तलवार त्याने त्या वाघावर रोखली. बाजीची तलवार पाहताच त्या वाघाने सपशेल माघार घेतली.
हे पाहताच बाजीला नवल वाटले...तो सर्वत्र पाहू लागला...ही सारी जनावरे माझ्यासाठी इथवर आली आहेत याचे त्याला खूपच नवल वाटले.
त्याने पुढे होऊन सर्वांच्याकडे पाहत जोरात आरोळी ठोकली...'थांबा'!
त्याचा तो गगनभेदी आवाज ऐकून सारे पशू-पक्षी स्तब्ध झाले...हे पाहताच हुसेनखानसुद्धा भारावून गेला.
'चला मागे. जा निघून. यांना आपली चूक समजली आहे. जा निघून!'
बाजीचे हे शब्द ऐकताच सर्व वनचर जसे आले होते तसे निघून गेले.
एव्हाना हुसेनखानाची निम्म्यापेक्षा जास्त फौज मृत्युमुखी पडली होती. उरलेली जखमी होती.
या हिंस्त्र प्राण्यांना केवळ शब्दाने मागे घालावणारा हा वीर कोण, याचे हुसेनखानाला कुतूहल वाटलं.
त्याने बाजीच्या रूपात दैवी अवलियाला पाहिले. त्याच्यापुढे गुडघे टेकून नतमस्तक होत, तलवार आडवी धरत हुसेनखान म्हणाला,
'ज्याच्या केवळ नावाने मोगली दरबारातील मोठमोठे सरदार अदबीने झुकतात, ज्याची तलवार शत्रूचे रक्त पिऊन मगच म्यानात जाते, असा मी हुसेनशहा महम्मदशाही तुझ्यासारख्या वीराला शरण येतो आहे!'

१५

समोर काय आक्रित घडत आहे हे खुद्द बाजीलासुद्धा समजत नव्हते.

केवळ कुतूहल म्हणून आजवर त्याने वन्य प्राण्यांशी संवाद साधला होता. ते वन्य प्राणी आज त्याच्यासाठी धावून आलेच; पण चंद्रगडवर आलेल्या आस्मानी संकटाला त्याच्या पायाशी लोळण घ्यायला लावली, हे पाहून तो मनोमन थक्क झाला.

एक श्वास घेत त्याने शरण आलेल्या हुसेनखानाच्या दोन्ही खांद्यांना धरून उठवले व बोलू लागला, 'उठिये खानसाहेब, किसीके सामने झुकना एक वीर को शोभा नही देता और आप तो महावीर है!'

बाजीचे ते आपुलकीचे बोलणे ऐकून हुसेनखानाने तलवार बाजूला ठेवत बाजीला मिठी मारली. तो बोलू लागला.

काबूल से लेकर कंदाहार तक और काश्मीर से लेकर कन्याकुमारी तक मेरी पुरी जिंदगी जंग मे चली गयी । लेकिन आप जैसा तीलस्मी सुरमाबहादर नही देखा जिसके एक इशारे पे माशाअल्ला जंगल के बेरहम जानवर भी चूप हो जाते है। अल्लाह के शरीफ बंदे, कौन है आप?'

बाजी गालात किंचित हसला व बोलू लागला,

'खानसाहब, मैं राजे चंद्रभान सरदेसाई का पुत्र बाजी सरदेसाई हूँ...चंद्रगड सलतनत का रखवाला!'

'चंद्रगड! मैं तो समझा था कि चंद्रगड जैसी मामुली सलतनत के लिये बादशाह हमे भेज कर हमारा अपमान कर रहे है। लेकिन आप जैसे सुरमा से मिलकर मेरा यह भरम टूट गया....आज से केवल चंद्रगही नही, ये पुरा इलाका आजसे आपका है...आ जाओ, हमारे गले लग जाओ!'

दोन्ही वीरांची कडकडून मिठी झाली आणि दोघेही शाही तंबूत गेले.

सूर्योदय होताच जनावरांच्या हल्ल्यात मेलेली प्रेते एका बाजूला, जखमी एका बाजूला अशी प्रतवारी करत विल्हेवाट व उपचार सुरू झाले. बाजीची शूर सेना

देखील मदत करू लागली.

नूरजहाँ ही हुसेनखानाची लेक.

हुसेनखानाला मुलगा नसल्याने त्याने आपल्या मुलीला मुलासारखे वाढवले होते. मोगली मोहिमेत नूरजहाँ स्वत: वडिलांच्या सोबत येत असे.

रात्रीच्या प्रकरणाचा तिला प्रचंड धक्का बसला होता.

वरवर शांत, हिरवेगार दिसणारे हे जंगल किती महाभयानक आहे याचा तिला प्रत्यय आला होता.

मोगलांची शूर सेना ते राक्षसी हत्ती सोंडेने उचलून धुणे आपटतात तसे आपटून मारली होती. वाघ-सिंहांनी कित्येक वीरांच्या नरडीचा घोट घेतला होता.

काळविटाची शिंगे पोटातून आरपार जाऊन आतडीच बाहेर आली होती. कित्येक अजगरांनी सैनिकांना विळखा देऊन त्यांच्या हाडांचा चुरा केला होता. अस्वलांनी आपल्या तीक्ष्ण नखांनी हृदये फाडली होती...साप, विंचू कीटकांनी तर कित्येक जणांची शिकार केली. मोजदाद नव्हती.

आणि ती क्रूर जनावरे अगदी किडे, मुंगी, सापसुद्धा ज्याच्या आज्ञेने माघारी गेले तो बाजी काय प्रकार असेल असा विचार करत ती उभी होती.

जिवाच्या भीतीने त्या रात्री कित्येक सैनिक बिथरले होते. त्यांना ती धीर देत असताना खुद्द बाजी तिथे आला. त्याला पाहून पुढचे सैनिक भीतीने पळूनच गेले.

बाजीला पाहताच नूरजहाँने ओढणी सावरली.

बाजी बोलू लागला,

'आप औरत होकर इतनी अच्छी तलवार चलाती है..यह देखकर हम बहुत खुश हुये....!

आमच्या पुऱ्या हयातीत पहिल्यांदाच एका स्त्रीला इतकं अप्रतिम लढतांना पाहिलं आहे. खरोखर नवल वाटले...'

शुक्रिया...पण काल रात्री आम्ही तुमची जी करामत पहिली ती केवळ दैवी करामत होती...कुठून शिकलात ही विद्या?

नूरजहाँचे मराठीवर प्रभुत्व पाहून बाजी आश्चर्याने बोलला, 'तुम्ही मराठीसुद्धा बोलता हे नवल आहे.'

नूरजहाँ बोलली, 'हो. माझ्या खूप मैत्रिणी मराठी आहेत. गेली पाच वर्षे आम्ही महाराष्ट्रात आहोत...मराठी बोलू, समजू शकते मी....'

'खूप छान....तुमची तलवार आणि भाषा दोन्हीही आम्हाला आवडल्या. आमच्या गावचा आपण पाहुणचार स्वीकारावा यासाठी आमच्या गावी चंद्रगडला तुम्हास व तुमच्या वडिलांना फौजेसह येण्याचे उद्याचे आमंत्रण देतो आम्ही.'

किंचित लाजून ती बोलला 'जरूर...आम्ही सर्व येऊ,' असे बोलून ती निघून गेली.

दस्तुरखुद्द हुसेनखानला फौजेसह गावात येण्याचे आमंत्रण देऊन बाजी त्याच्या पक्षा घोड्यावर त्याच्या अंगरक्षकासह दौडत गेला.

इकडे सारे राजे चंद्रभानच्या महालासमोर गोळा झाले होते.

रात्रभर गगनभेदी किंकाळ्यांनी साऱ्यांच्या काळजाचा ठाव घेतला होता.

चार हजाराच्या विरुद्ध शे-दोनशे धारकरी कसे टिकणार?

रात्रीच फन्ना उडाला असणार, अशी काळजीची कुजबुज सुरू झाली होती.

आता सारे संपणार. तीनशे वर्षे रक्ताचे पाणी करून स्वाभिमान जपत मानाने चंद्रगडचे स्वातंत्र्य अबाधित ठेवलेल्या चंद्रभान आणि त्याच्या वंशाच्याही त्यागाची निर्वाणीची वेळ..!

उद्या हुसेनखान व मोगली फौजेचा लोंढा चंद्रगडवर कोसळणार आणि सारे सारे नष्ट होणार..!

डोळ्यांच्या कडा ओलावत, आवंढा गिळत, मोठा श्वास घेऊन राजे चंद्रभान साऱ्या गावकऱ्यांना उद्देशून बोलले,

'गड्यांनो, प्रसंग बाका आहे. आपला स्वाभिमान, स्वातंत्र्य जर टिकवायचे असेल तर आता सर्वांनी हातात शस्त्रे घ्या...जर जिंकाल तर इतिहासात अमर व्हाल आणि हरलात तर हुतात्मा व्हाल...आपली तरणीताठी पोरं काल त्या छावणीवर तुटून पडली. त्यांचं काय झालं हे कळायला देखील मार्ग नाही. आपण सर्वांनी मरेपर्यंत लढायचे...बोला...आहे मंजूर?

मंजूर...मंजूर...

सारा गाव एका सुरात बोलला आणि तितक्यात चंद्रगडच्या समोरच्या डोंगरातून धुळीचे लोट उडू लागले...चौताड थडाडत घोड्यांच्या टापा कानावर येऊ लागल्या....सर्वांनी नजर रोखून पाहिले आणि काळजातून आनंदाची लकेर उमटली... बाजी... बाजी... बाजी...!

राजे चंद्रभान धाय मोकलून रडू लागले...त्यांचा विश्वास बसेना की दौडत येणारे अश्वपथक चंद्रगडच्या विजयाचे निशाण आकाशात फडकवत येत होते.

सारा गाव त्यांच्या स्वागताला पुढे गेला.

बाजी व त्याचे सहकारी गावातील मुख्य प्रवेशद्वारातून आत आले आणि गावकऱ्यांसमोर घोड्यावरून पायउतार झाले.

सुवासिनी हळद-कुंकू लावून त्यांचे औक्षण करू लागल्या....गावकरी फुले उधळू लागले.

चंद्रगडचे स्वातंत्र्य अबाधित राखून प्रतिकूल परिस्थितीत विजयाची परंपरा कायम

ठेवत वाघासमान चालत आणि साऱ्या गावचे अभिनंदन स्वीकारत बाजी चंद्रभान राजांच्या दर्शनाला निघाला.

बाजीने वडिलांचे दर्शन घेतले व घडलेला प्रकार सविस्तर त्यांच्या कानावर घातला.

उद्या हुसेनखान फौजेसह आपल्या गावात भोजनास येणार आहे, यावर चंद्रभानचा विश्वास बसेना.

त्याने सर्व गावकऱ्यांना बोलावून भोजनाचे नियोजन करायचा आदेश दिला.

दुसरा दिवस उगवला, कोंबड्याने बांग दिली आणि चंद्रगडच्या समोरच्या डोंगरावरून चाँद-सितारा असलेला मोगली ध्वज व मागे समुद्रासारखी मोगली फौज दिसू लागली.

सारा गाव आनंदात होता. येणाऱ्या पाहुण्यांचा पाहुणचार करण्यात व्यस्त होता.

हुसेनखान मोगली फौजेसह चंद्रगडमध्ये डेरेदाखल झाला.

गावाला यात्रेचे स्वरूप आले.

प्रत्येक गावकरी मनापासून पाहुणचारात गुंतला.

हुसेनखान व नूरजहाँ राजे चंद्रभान यांच्या महालात पोहोचले.

शिंग, तुताऱ्या, हलगी या मराठमोळ्या वाद्यांच्या गजरात त्यांचे स्वागत झाले.

राजे चंद्रभान व हुसेनखान यांच्या राजकीय चर्चेला रंग चढला.

बाजीने नूरजहाँला सारा महाल फिरवून दाखवला.

नूरजहाँ म्हणाली, 'राजाजी, तुमच्या पाहुणचाराने आम्हाला आमच्या आईची आठवण झाली.

खूप चांगले लोक आहेत तुमच्या गावात. आम्ही हा तुमचा पाहुणचार कधीही विसरणार नाही.

त्यावर किंचित हसत बाजी म्हणाला,

'पाहुणा हा चंद्रगडवासीयांचा देव असतो. देवाचा पाहुणचार करणे हे पुण्याचे काम आहे.'

दोघांचीही नजरानजर झाली. एका अनामिक आकर्षणात दोघेही बांधले गेले.

जगाला विसरून एकमेकांच्या मिठीत विसावले...देहभान विसरून ते क्षणभर तसेच बाहुपाशात अडकले.

शरीरे दोन मने मात्र एक झाली. ज्यात आता मिळवायचे असे काहीच राहिले नाही, अशी ही अनुभूती म्हणजेच प्रेम का?

नक्कीच....प्रेम प्रेम म्हणतात ते हेच...आयुष्यात ज्याने केले आहे त्यालाच हे समजणार. आणि ज्याने कधी केलेच नाही त्यालाही हे जाणवणार.

१६

वर्षानुवर्षे पावसाच्या थेंबासाठी घेऊन आसुसलेल्या जमिनीवर एकाकी धुवाधार बरसात व्हावी, जमिनीच्या धुंद सुवासाने आसमंत दरवळून जावा आणि सारी सृष्टी तृप्त व्हावी...अगदी असेच काहीसे नूरजहाँ आणि बाजीच्या अंतर्मनात घडत होते.

एक आनंदाची अनामिक लकेर त्यांच्या सर्वांगात उठली होती.

एकमेकांच्या मिठीत स्वर्गीय सुखे अपुरी पडावीत अशी अवस्था...

असेच काही क्षण गेले अन् बाजी भानावर आला. त्याने नूरजहाँची मिठी मोठ्या मुश्किलीने सोडवली आणि एक स्मितहास्य करत बोलू लागला,

'राजकुमारीजी... क्या जमीन और आस्मान कभी एक हो सकता है...?

माझी आणि तुमची भेट या जन्मात तरी शक्य आहे?'

यावर नूरजहाँ बोलली,

'क्यो नही राजाजी...नक्कीच...आजवर आयुष्यात जणू काही तुमचीच वाट पाहत मी जगत होते की काय असे वाटत आहे!'

दोघेही स्मितहास्य करत महाराज व हुसेनखान जिथे चर्चेत बसले होते तिथे पोहोचले.

एव्हाना साऱ्या गावाला यात्रेचे स्वरूप आले होते.

सर्व गावकरी मोठ्या आनंदाने हुसेनखानांच्या फौजेच्या पाहुणचारात व्यस्त होते.

आजची रात्र सारे इथेच मुक्काम करणार होते, उद्या दिवस उगवण्याआधी गाव सोडून जाणार होते ते कायमचेच...परत कधीही चंद्रगडवर कोणताही बादशाही अंमलदार येणार नव्हता.

चंद्रगडचे स्वातंत्र्य अबाधित राहणार होते.

सर्व गावकरी आनंदात होते.

राजे चंद्रभान यांच्या महालात हुसेनखानसह बाजी व नूरजहाँ यांची चर्चा रंगली

होती.
हुसेनखान बाजीला बोलला,
‘राजाजी, आप बडे बहादूर है, मगर आपके पिताजी आपसे ज्यादा बहादूर है!
राजनीती के बारे मे इनके जैसा ज्ञान मैने आजतक किसीसे नही सुना।
हमे फक्र है, इस दख्खन की मूहीम मे हमे आप जैसे दोस्त मिले।
जब हम आग्रा जायेंगे आपके लिये बादशाह से जरुर दरख्वास्त करेंगे!’
यावर राजे हसत उत्तरले,
‘जरुर खानसाहेब...आजवर मोगलांच्या अन्याय, अत्याचाराच्या कथा ऐकत
आम्ही मोठे झालो.
आप जैसा नेकदील सिपेसालार भी मोगल फौज मे हो सकता है...सचमुच हम
हैरान है...आपकी दोस्ती का कर्ज हम चंद्रगड के लोग कभी नही भुलेंगे।’
सर्व हसत उठले.
‘बाजी राजे, आप हमारी बेटी को आपका चंद्रगड तो दिखाओ।
आपकी जानवरों की भाषा का रहस्य जरुर बताइये।
हम और राजासाब अभी खूब बाते करेंगे!’
‘नक्की खानसाहब, हम राजकुमारीजी को चंद्रगड घुमाकर लाते है। शाम होने
तक हम लौट आयेंगे।’
असे म्हणून बाजी व नूरजहाँ निघाले.
बाजीने आपल्या ‘पक्षा’ घोड्यावर मांड ठोकली आणि नूरजहाँने तिच्या घोड्यावर
मांड टाकली. ते दोघेही दौडत चंद्रगडच्या जंगलात निघाले.
बाजीच्या जंगलात येताच सर्व पशू-पक्षी, जनावर, कीटकांनी एकच कल्लोळ
माजवला.
जे ते त्याच्या जवळ येऊ लागले.
त्या जनावरांना पाहून बाजी स्मितहास्य करत नूरजहाँला म्हणाला,
‘राजकुमारीजी, हे सर्व माझे सवंगडी पहा. यांच्याशिवाय मी काहीच नाही.
माझा दिवस दिवस या सर्वांच्यासोबत जातो.
चंद्रगडची खरी दौलत म्हणजे ही जनावरे आहेत. या सर्वांची भाषा मला
समजते.
यांचे सुख-दुःख सर्व काही हे मला सांगतात व मी माझ्या परीने मदत करतो.
खूप मजा येते यांच्यासोबत जीवन जगण्यात.’
यावर आश्चर्य व्यक्त करत नूरजहाँ म्हणाली, ‘पण राजसाहब...या हिंस्त्र पशूंची
भाषा तुम्हास कशी काय अवगत आहे?’
‘खरोखर, हा केवळ चमत्कार आहे. एखाद्या देवदूतालाच ही भाषा समजू

शकते. आम्ही सर्व तुमच्यापुढे नतमस्तक आहोत.'

यावर हसत बाजी उत्तरला,

'काही नाही राजकुमारी' एकदा एकमेकांची मने समजू लागली की जगातल्या सर्व भाषा एकच आहेत याची अनुभूती येते.'

प्रत्येक प्राण्याचे एक वेगळे विश्व असते. प्रत्येकाला समस्या, संकटे असतात; पण मन मोकळे करायला कोणीच नसते, ज्याला आपण आपले म्हणत असतो, तेसुद्धा आपल्या माणसांची मने ओळखायला अपुरे असतात.

बघा ना, हा ची ची करणारा प्रचंड हत्ती; पण मनाने खूपच हळवा आहे बिचारा! सर्व गोष्टी मला सांगत असतो.

हे वाघ, सिंह, सर्प, विंचू...सर्वच्या सर्व बोलू शकतात.

त्यांनाही मन आहे...फक्त मनुष्य आणि ते यांच्यातील अहंकाराचा अभेद्य पडदा लंघून जोवर आपण पुढे जात नाही...तोवर त्यांचीच काय, बोलणाऱ्या माणसांचीही मने आपण समजू शकणार नाही.

त्यांच्या दोघांची ही चर्चा सुरू असताना एक घार उंच आकाशात घिरट्या घालत घालत मोठ्याने आवाज करत खाली येऊ लागली आणि बाजींच्या अंगावर सर्रदिशी काटा आला. त्याने कान टवकारून त्या घारीकडे पाहिले, त्या क्षणी बेभान होऊन तो पक्षा घोड्यावर स्वार झाला आणि बेताल दौडत चंद्रगडच्या वाटेला लागला.

त्याच्यापाठोपाठ नूरजहाँ पण निघाली. तिला काही समजेना, की बाजी असा बेभान का झाला आहे. ती त्याला हाका मारत होती; पण तो काही ऐकण्याच्या मनःस्थितीत नव्हता.

त्याला घारीच्या एकसारख्या ओरडण्याचा अर्थ समजला होता. 'बाजी, तुझ्या चंद्रगडची राखरांगोळी झाली आहे. हजारो पठाण एका दिवसात जंगल पार करून तुझ्या राज्यावर तुटून पडले आहेत. तुझी माणसे मरत आहेत. तुझ्या गावात आलेला हुसेनखान तुझा मित्र नसून, तुझा घात करायला आलेला तुझा शत्रू आहे.' तो अधिक बेभान झाला. आता बाजीच्या डोळ्यांत आग होती.

लांबूनच लोकांच्या किंकाळ्या त्याच्या कानी पडू लागल्या. असंख्य लोक मोगली तलवारीखाली कापले गेले होते. शेकडो पठाण हातात नंग्या तलवारी घेऊन मुलाबाळांच्या कत्तली करत होते.

बाजीचा राहता महाल पेटला होता...सारे नष्ट झाले होते.

राजे चंद्रभान हुसेनखानाशी लढता लढता गतप्राण झाले होते.

काहीच शिल्लक नव्हते. केवळ मोगली अत्याचार दिसत होता.

बाजीच्या डोळ्यांत आता रक्त उतरले होते. समोर ते धिप्पाड मोगली हशम

हातात रक्ताळलेल्या तलवारी घेऊन चंद्रगडवासीयांची कत्तल करत होते.
गोड बोलून आपला व आपल्या वडिलांचा केलेला हा विश्वासघात त्याला जिव्हारी लागला होता.

बाजीने कमरेची तलवार उपसली आणि तुफान दौडत असलेल्या घोड्यावरून झेप टाकली ती सरळ समोर कत्तल करत असलेल्या हशमाच्या छातीवर.

तलवार छातीतून आरपार करत बाजीने आकाशाकडे पाहत एक गगनभेदी किंकाळी फोडली आणि समोर दिसेल त्याचे तुकडे करू लागला.

सळसळत्या नागिणीसारखी तलवार फिरू लागली. जो आडवा येईल त्याची खांडोळी उडू लागली.

बाजीने केवळ एकट्याने तुफान कत्तल मांडलेली पाहून नूरजहाँनेसुद्धा समशेर उपसली आणि तिनेही लढा सुरू केला.

आता ही लढाई केवळ बाजीची नव्हती. तिचीसुद्धा होती.

प्रत्यक्ष तिच्या बापाने केलेला असा घोर विश्वासघात पाहून तिला मनस्वी दुःख झालं होतं.

आता बाजीसोबत मरायला ती सिद्ध झाली. तिची समशेर तिच्याच फौजेचे रक्त पिऊ लागली.

बाजीच्या आरोळीने जंगलातील सर्व प्राणी चंद्रगडकडे दौडू लागले.

विषारी सर्प, काटे फेकणारी साळींदर, चित्ते, वाघ, सिंह, अस्वले, हत्ती...शेकडो प्राणी आपल्या जिवलग मित्रासाठी चंद्रगडवर तुटून पडले. बाजीच्या एकाकी लढ्याला बळ मिळाले.

हत्तीच्या पायाखाली कलिंगड फुटावे तशी मोगली सैनिकांची मुंडकी फुटू लागली.

विषारी सर्पांच्या डंखाने तोंडात फेस येऊन सैनिक मरू लागले.

वाघ, सिंह तर चिंध्या फाडाव्यात तशी माणसे फाडून टाकू लागले.

साळींदराचे काटे गळ्यात घुसत प्राण घेऊ लागले.

बाजी व नूरजहाँची तलवार तुफान कत्तल करू लागली.

बघता बघता निम्म्यापेक्षा जास्त फौजेची कत्तल झाली होती.

जवळपास दोन तास चाललेले हे महाभयानक थरारनाट्य आता रंगात आले होते.

नूरजहाँ पुरती दमली होती.

तिच्या सर्वांगातून रक्ताच्या धारा वाहू लागल्या.

तिला चक्कर आली आणि ती तोल जाऊन पडली.

कत्तल आणि मरणाच्या भीतीने सारी फौज डोंगरवाटेने पळू लागली आणि

बाजीचे लक्ष नूरजहाँकडे गेले.
त्याने क्षणात तलवार टाकली आणि तिची मान आपल्या हाती धरून तिला सावध करू लागला.
आता तिच्याशिवाय बाजीचे कोणी नव्हते. ती सावध झाली.
सर्वांगावर झालेल्या असंख्य जखमांमधून प्रचंड रक्तस्त्राव झाला होता.
ती बोलू लागली, 'राजे, मला माफ करा.
माझ्या वडिलांनी तुमचा क्रूर विश्वासघात केला. तुमच्यासाठी मला मरण आले.
मी, माझे पाप माझ्या रक्ताने धुऊन जात आहे. तुमच्यासारखा वीर मी आजवर पाहिला नाही. तुम्ही बाजी नाही, तर बाजिंद आहात...बाजिंद...बाजिंद!
असे बोलत नूरजहाँने डोळे मिटले.
साऱ्या चंद्रगडबरोबर आयुष्यात प्रथमच केलेले प्रेमही बाजीच्या आयुष्यातून कायमचे गेले. म्हणून तो उठून उभा राहून जोरजोराने रडू लागला.
इतक्यात एक बाण सु सु करत आला आणि त्याने बाजीच्या छातीचा वेध घेतला.
गतप्राण होऊन बाजी खाली कोसळला.
सारे संपले.
तेव्हापासून ते आजतागायत हे जंगल शापित झाले आहे.
इथे येणारा कोणीही माणूस आजवर जिवंत माघारी गेला नाही.
आज शंभर वर्षे होऊनसुद्धा बाजिंदचे भूत या जंगलात भटकते.
केवळ आम्हीच नव्हे तर मोठमोठे सत्ताधीशसुद्धा बाजिंदच्या जंगलात पाऊल ठेवत नाही.
आणि आज केवळ तुमच्या अल्लडपणामुळे एका भयानक संकटात आपण अडकलो आहोत...आपण आता बाजिंदच्या जंगलात आहोत...आपले मरण नक्की...!
सावित्री मोठ्या काळजीने ही सारी कथा खंडोजीला सांगत होती आणि तो लक्षपूर्वक ते ऐकत होता.

१७

हुंदका देत रडत असणाऱ्या सावित्रीच्या खांद्याला धरत खंडोजी निर्धाराने म्हणाला,

'बाईसाहेब, रडू नका.

हा खंडोजी तुझ्यासोबत असताना बाजिंद काय, साक्षात यम जरी आला तरी त्याला चार हात करावे लागतील या खंडोजीबरोबर.

शिवछत्रपतींचा धारकरी आहे मी. आम्हाला भुते लागत नाहीत, उलट भुतांनाच आम्ही लागतो.

या खुळचट मनाच्या कल्पना असतात सावित्री.

आता मला हा बाजिंद व त्याचे झपाटलेले जंगल काय आहे याचा उलगडा केलाच पाहिजे,' असे म्हणत तलवार उपसत तो उठला.

त्याच्या नजरेत दृढ निश्चय होता. मनगटावर विश्वास होता आणि चित्तात होते शिवछत्रपती.

ही हिंमत, ही ताकद त्याच्यात आली होती ती शिवाजी महाराजांच्या उत्तुंग जीवनप्रकाशामुळे. केवळ खंडोजीच नव्हे, त्याचे सवंगडी उरात अशी जग जिंकायची उमेद ठेवून होते.

मूर्तिमंत जिद्द, प्रेरणेचा झरा...महाराज शिवछत्रपती.

एव्हाना तांबडं फुटलं होतं.

रात्री ज्या आर्त किंकाळीने त्याचे लक्ष वेधून घेतले होते, तिकडे त्यांनी मोर्चा वळवला.

समोरच एक भिल्ल गतप्राण होऊन पडलेला होता.

कदाचित सावित्रीचा पाठलाग करत तो इथवर पोचला असावा आणि बाजिंदच्या येण्याने घाबरून इकडे-तिकडे लपला असावा व रात्री त्याला कोणीतरी ठार केले असावे.

एक मोठा श्वास घेत खंडोजीने सावित्रीचा हात धरला.

शिर्क्यांच्या वैभवाचे प्रतीक असलेला उगवता सूर्य तिच्या हातावर गोंदलेला होता.
खंडोजीने विचारले, 'बाईसाहेब, मला सांगा, जर बाजिंद तुमच्यासमोर होता, तर त्याने तुम्हाला का ठार केले नाही?
काहीशी घाबरत ती बोलली,
'काल मी इथे पोहोचले आणि ती भयानक घटना घडली.'
वेगवेगळे हिंस्त्र जंगली प्राणी चित्रविचित्र आवाजात ओरडत होते.
मी क्षणात ओळखले, की भिल्लांच्या भीतीने मी बाजिंदच्या हद्दीत पाऊल ठेवले आहे.
तेव्हाच मी त्याला पाहिले. दोन वाघांच्यामध्ये तो होता.
घारे डोळे, कोवळी दाढी, गूढ हास्य आणि सभोवतालच्या अणूरेणूचा स्वामी असल्याची भावना आणि सहजता.
माझी भीतीने गाळण उडाली. ते दोन वाघ माझ्याकडेच येताहेत हे पाहताच मला मूर्च्छा आली.
परत तो कुठे गेला, मला काहीच आठवत नाही.
जेव्हा भानं आलं तेव्हा माझ्या मागावर असलेले भिल्ल मी शुद्धीवर येण्याची वाटच पाहत बसलेले होते.
मी सावध होताच वासनात्मक नजरेने ते हसू लागले. मी त्यांच्यावर हल्ला करत मागे पळून जाण्याच्या तयारीत होते, तितक्यात जंगलात पुन्हा जनावरांच्या आरोळ्या उमटल्या. माझ्याअगोदर त्या भिल्लांनी पळायला सुरवात केली.
धावता धावता मी इथे पोहोचले तर दुरूनच तुम्ही येताना दिसला. आपलं कोणी माझ्यासाठी इथवर आलं आहे, असं वाटून मला अत्यानंद झाला.
मी क्षणात तुमच्यामागे येऊन तुमचे तोंड दाबत इथे लपवले. या भिल्लाला कदाचित बाजिंद किंवा त्याच्या जनावरांनी मारून टाकले असावे.
सर्व प्रसंग सांगत असताना सावित्री गहिवरून रडू लागली अन् खंडोजीच्या मिठीत विसावली.
तिच्या आकस्मिक मिठीने खंडोजीच्या सर्वांगातून जणू वीज थरारली.
त्याने तिला समजावत तिची मिठी सोडवली. तो बोलू लागला,
'सावित्री, तुला पहिल्यांदाच पाहिले अन् आयुष्यात प्रेम कशाला म्हणतात याची अनुभूती आली.'
तू बेरडांशी एकटी सामना करायला गेलीस हे ऐकले आणि माझ्या हातातून काही सुटतं आहे असं वाटू लागलं. मोहिमेवर असूनही मी कोणताही विचार न करता कर्तव्य विसरून तुझ्यामागे आलो. मी जर तुला जंगलातून घेऊन आलो

नसतो तर तुलाही गमावून बसलो असतो आणि माझे कर्तव्यसुद्धा...
माझे जितके तुझ्यावर प्रेम आहे तितकेच माझ्या कर्तव्यावर...' असं म्हणत त्यानेही साऊला मिठी मारली...दोघेही काही क्षण तसेच उभे होते.
माझ्यावर विश्वास ठेव..मी सर्व ठीक करेन..!
काही क्षण गेले आणि जंगलात पुन्हा बाजिंद च्या येण्याची चाहूल लागली. पशु पक्षी जनावरांचा कल्लोळ वाढला.
सावित्रीने क्षणात खंडोजीचा हात धरला आणि म्हणाली...चला...जवळच गुहा आहे...लौकर बाहेर पडूया.... बाजिंदच्या तावडीतून जिवंत राहणे सोपे नाही...!
धीराच्या शब्दात खंडोजी बोलला....
साऊ माझ्यावर विश्वास ठेव. मी घेतो त्याला अंगावर, मला साधलं तर शंभर वर्षांची तुमची कल्पना खोटी ठरेल..आणि तू म्हणतेस तसे खरेच निघाले..तर मात्र असा अनुभव माझ्या हेरखात्याला सांगेन...दोन्ही साधले जाईल..!
असे म्हणत तो जिकडून आवाज येत आहे तिकडे तो तिच्याबरोबर निघाला.
दाट जंगलात किर्र झाडीत चित्रविचित्र आवाज येत होते..पुढे जाईल तसे आवाज तीव्र होऊ लागले. आता त्यांनी एक वळण पार केलं. तो पुढे ते विहंगम दृश्य दिसले..!
कमरेला तलवार लटकवलेला तो धीरगंभीर पुरुष एका मोठ्या दगडावर उभा होता..आसपास जंगली जनावरे विसावली होती.
खंडोजी व सावित्रीला पाहताच बाजिंद ने स्मित हास्य केले आणि जोरात गर्जना केली....!
'स्वागत आहे योद्धा , तुझे मी माझ्या जंगलात तुझे स्वागत करतो...असे बोलत तो दगडावरून खाली झेपावला...!
काय घडत आहे ते खंडोजीला काहीच समजेना. हे भूत असेल तर हवेत का उडत आले नाही...जर नाही तर शंभर वर्षे जगलेच कसे? प्रश्नांचे काहूर माजले...सावित्रीच्या हृदयाची घालमेल होऊ लागली.
प्रसंगाचे गांभीर्य राखत खंडोजीन समोरून चालत येत असलेल्या बाजिंदवर तलवार रोखली.
ते पाहताच पक्षी, कीटक आणि प्राण्यांचा पुन्हा जोरात आवाज वाढला..वाघांनी डरकाळ्या फुटल्या. बाजिंदने हात वर केला तसे सर्व प्राणी शांत झाले.
त्याने एक सांकेतिक आवाज काढल्याबरोबर, क्षणात सारी जनावरे, पशु, पक्षी तिथून निघून गेले. जंगल एकदम मोकळे झाले.
समोर चालत येत असलेल्या बाजिंदने पुन्हा दोन्ही हात वर केले आणि डोळे मिटून पुन्हा एक गूढ आवाज केला. क्षणार्धात जंगलाच्या बाजूने शेकडो

घोडेस्वार हातात तलवारी, भाले घेऊन हजर झाले..!

सारे जंगल स्वारांच्या गर्दीने भरून गेले. त्यातल्या एका स्वाराच्या हातात भव्य असा परमपवित्र 'भगवा ध्वज' होता.

खंडोजीने हातातील तलवार टाकली. तो पुटपुटला, 'भगवा जरीपटका?'

ज्याच्यासाठी हजारो वीरांनी आयुष्याची होळी करून, रक्त सांडून शिवाजी महाराजांच्या नेतृत्वाखाली हिंदवी स्वराज्य निर्माण केले, त्या स्वराज्याचा भगवा ध्वज त्या स्वाराच्या हातात पाहताच...खंडोजी कमरेत झुकला....एक ...दोन...तीन....मानाचे तीन मुजरे त्याने त्या परम पवित्र ध्वजाकडे पाहून केले.

१८

खंडोजीने एक दीर्घ श्वास सोडला आणि त्या चौघांकडे एक दृष्टिक्षेप टाकला. सर्जा, सखाराम, नारायण आणि मल्हारी गंभीरपणे खंडोजीचा भूतकाळ त्याच्याच तोंडून ऐकत होते.

एव्हाना खूप दूर आपण चालत आलो आहोत याची जाणीव त्यांना झाली.

सखाराम बोलला, 'खंडोजीराव, तुमची कथा लईच भारी वळणावर गेली हाय गड्या. जितराबांचं आवाज बी वळकता येत्यात हे मातूर नवालच हाय...!'

'नवाल?

नवाल नव्हे...महाआश्चर्य होतं ते,'

खंडोजी बोलून गेला.

सर्जाला मध्येच थांबवून सखाराम बोलला, 'कारभारी, ही कथा ऐकत लई लांब आलूया आपण. निदान सांगा तरी अजून कितीसं दूर जायाचं हाय आपणासनी?'

खंडोजी बोलला, 'झालं. अजून एक-दोन कोसावर जंगलात एक गुहा लागेल. तिथे पोहोचला की आमचे वस्तादकाका भेटतील.

तेच तुम्हाला पुढे शिवाजी महाराजांच्या खासगीत घेऊन जातील आणि तुमचे काम मार्गी लागेल.'

यावर मल्हारी बोलला, 'वस्ताद घेऊन जातील म्हणजे तुम्ही नाही का येत सोबत?'

'मी नाही येऊ शकणार गड्यांनो, माफ करा.'

मला माझ्या कर्तव्यात कसूर नाही करता यायची.

मी मोहिमेवर असलेला शिपाईगडी. अजून मला सावित्रीला शोधायची आहे; पण तुम्हाला मी वाट दाखवतो गुहेची. तिथं गेलात की मी, सावित्री तुम्हाला भेटलो होतो हे सांगू नका काकांना.

विनाकारण आमची काळजी करत बसलेले असतात. उलट त्यांना सांगा, खंडोजी आणि सावित्री आयुष्यभर स्वराज्य आणि भगव्यासाठीच जगतील आणि

त्यासाठीच मरतील!

खंडोजी खिन्नपणे म्हणाला,

'पण नकाच बोलू त्यांना, की मी तुम्हाला इथवर आणलं आहे.'

यावर सखाराम बोलला, 'अहो, पण ते विचारतील ना की एवढ्या गुप्त वाटेने तुम्ही कसे काय आला ते?'

थोडा वेळ शांत राहून खंडोजीने त्याच्या दंडावर बांधलेली चांदीची पेटी काढली आणि सखारामच्या हातात देत बोलला, 'वस्तादकाका काही विचारायच्या आत ही पेटी त्यांना दाखव आणि परवलीचा एक शब्द सांग त्यांना 'चंदन'.'

सखारामने ती पेटी जवळ घेतली आणि खंडोजीकडे पाहत बोलला,

'बरं मग आम्ही चौघेच जाऊन येऊ म्हणता वस्तादांना भेटायला?'

होकारार्थी मान हलवत खंडोजी बोलला, 'होय सखाराम. तुम्ही तुमची टकमकाची समस्या बोला त्यांना. ते लगेच तुम्हाला खाजगीकडे पत्र देऊन रवाना करतील.

तिकडे गेलात की तुम्हाला शिवाजी महाराजांना भेटायला मिळेल आणि तुमची समस्या कायमची सुटेल!'

हे ऐकताच चौघांच्या चेहऱ्यावर आनंद ओसंडून वाहू लागला.

'चला. अजून एक-दोन कोस मी तुमच्यासोबत येता. मग तिथून मी येऊ शकत नाही.

तुमचे काम झाले की मलाही सुटका मिळेल.

आता तुमचे काम ते माझे काम आहे असे वाटू लागले आहे.'

ते पाचही जण पुन्हा जंगलातील ती वाट चालू लागले.

काही क्षण गेले आणि मल्हारी बोलला, 'खंडोजीराव, पुढे काय झाले हो , मगाशी सांगता सांगता थांबला.'

खंडोजी हसला आणि पुन्हा भूतकाळात रममाण झाला.

बाजिंदच्या फौजेचा भगवा ध्वज मला व सावित्रीला धक्का देणारा होता.

तो ध्वज केवळ मराठ्यांची फौज वापरत होती आणि बाजिंद तर भूतच आहे, असे माझे आणि सावित्रीचे मत होते.

मग हा काय प्रकार असावा, असे माझ्या मनात आले.

माझा मुजरा होताच बाजिंद माझ्यासमोर आला

आणि बोलू लागला..

'खंडोजीराव आम्ही तुम्हास व सावित्रीला ओळखतो. जणू काही आजवर आम्ही तुमचीच वाट पाहत आहोत.

सावित्री, काल तुझ्या मागे भिल्ल होते आणि तू इथे आलीस तेव्हा तुझ्या

हातावर शिक्यांचे चिन्ह पाहताच मी समजलो, की तू शिक्यांची सावित्री आहेस आणि खंडोजी तुम्ही तर बहिर्जी नाईकांच्या खास मर्जीतले....!'

हे सर्व ऐकताच खंडोजी व सावित्री थक्क झाली.

आश्चर्याने ते बाजिंदकडे पाहू लागले. खंडोजी भानावर येत म्हणाला,

'पण तुम्ही कोण आहात?

शंभर वर्षं झाली बाजिंदच्या कथेला...तुम्ही भूत आहात का?'

यावर हसत बाजिंद बोलल, 'भूत?

होय! जगासाठी आम्ही भुताची फौज आहोत.

भूत म्हणून जगण्यातच आमचे खरे वैभव आहे;

पण आम्ही भूत नाही.

तुमच्यासारखीच आम्हीही माणसे आहोत.

शंभर वर्षांपासून ज्या गोष्टीसाठी असे जीवन स्वीकारले त्यातून मुक्ती पाहिजे खंडोजीराव, म्हणून आम्ही आजवर तुम्हा दोघांची वाट पाहतोय.'

'काय?

आम्हा दोघांची वाट पाहताय?'

खंडोजी आश्चर्याने बोलला.

'मला नीट सांगा...तुम्ही आमची वाट पाहताय याचा काय अर्थ?

मला जाणून घ्यायचे आहे सर्व!'

बाजिंद शांतपणे बोलू लागला,

'त्या दिवशी हुसेनखान व त्याच्या फौजेने केलेली गद्दारी चंद्रगडच्या विनाशाला कारणीभूत ठरली.

नूरजहाँ आणि बाजिंद दोघेही गतप्राण झाले. चंद्रगडच्या जंगलातील झाडून सारे प्राणी हुसेनखानाच्या फौजेचा खातमा करू लागले.

चंद्रगडचे वैभव जळून खाक झाले.

दिवस उगवला....साऱ्या चंद्रगडची मसणवट झाली होती.

कोणीही जिवंत नव्हते. ठायी ठायी गतप्राण झालेले वीर दिसत होते...तितक्यात एक सावळा पोरसवदा मुलगा जखमी अवस्थेत बाहेर पडला.

त्याचे नाव सूर्यकांत.

चंद्रगडच्या सरदेसाई घराण्यातलाच त्याचा जन्म!

बाजिंदचा चुलत भाऊ...बाजिंद म्हणजे साऱ्या चंद्रगडची शान होती;

पण आता सर्व संपलं होतं.

तो मुलगा धडपडत बाजीला शोधू लागला. रात्रीच त्याची लवलवणारी तलवार त्याने पाहिली होती.

दुरूनच ती चमकली आणि त्याने ओळखले, की बाजिंद इथेच आहे.
काळजातून आरपार गेलेला बाण त्याने ताकदीने उपसला. रक्ताचा धबधबा सुरू झाला आणि एक आर्त किंकाळी फुटली.
सूर्यकांतने जाणले, की बाजिंद जिवंत आहे.
त्याने धावत जाऊन पाणी आणले आणि बाजिंदला पाजले. बाजिंदने डोळे किंचित उघडले...एक क्षण त्याने सूर्यकांतकडे पाहिले...बाजूला गतप्राण होऊन पडलेल्या नूरजहाँकडे पाहिले...त्याच्या डोळ्यांच्या कडा ओलावल्या होत्या...त्याने क्षणात गळ्यात बांधलेला ताईत काढला व तो सूर्यकांतच्या हातात ठेवला....एका विलक्षण अपेक्षित नजरेने त्याच्याकडे पाहत होता आणि डोळे उघडे ठेवूनच तो गतप्राण झाला.
आपल्या हाती काय देऊन बाजिंद गतप्राण झाला आहे, याचे आश्चर्य सूर्यकांतला वाटले. त्याने तो ताईत हाती घेतला.
त्या ताईतच्या आत नक्कीच काहीतरी गूढ होते. त्याने त्या ताईतच्या आत असणारा एक कागद बाहेर काढला.
त्यावर काही गूढ सांकेतिक चित्रलिपीमध्ये संदेश लिहिला होता.
त्याला काहीच समजत नव्हते. त्याने तो कागद तसाच जपून ठेवला व बाजिंद आणि नूरजहाँच्या पार्थिवाला अग्नी दिला.
इतर हजारो मृतदेह तो एकटा चार-पाच दिवस जाळत होता.
जंगलातील कंदमुळे खाऊन तो जगू लागला.
रोज रात्री झोपताना तो त्या कागदाचा अर्थ लावत होता; पण समजत नव्हते.
एक हत्ती, दोन वाघ, एक नागमोडी वळण घेतलेला साप, पाण्याचा धबधबा आणि मुंग्यांचे वारूळ...
बरोबर मध्ये सोनेरी रंगात वहीचे चित्र होते.
ज्या अर्थी मरत असताना बाजिंदने ते त्याला दिले होते, त्याअर्थी नक्कीच काहीतरी विलक्षण असणार, म्हणून तो रोज ते न्याहाळत असे.
एके दिवशी तो जंगलात फळे, कंद गोळा करत असताना पाठीमागून वाघाची डरकाळी त्याच्या कानावर पडली. भीतीने सर्वांग थरारले. चुकून आपण वाघाच्या परिसरात पाऊल ठेवले असावे. तिथून जाण्यासाठी मागे वळणार इतक्यात वाघाचे ते प्रचंड धूड समोर उभे असलेले त्याला दिसले.
त्याला पाहताच सूर्यकांत जिवाच्या आकांताने धावू लागला आणि धावता धावता तो एका ओढ्यावर बांधलेल्या लाकडी सेतूवर चढला. कडाऽऽडकड आवाज करत तो सेतू तुटला...तो ओढ्यात पडला आणि पोहत ओढ्याच्या किनारी लागला.

दम खात तो बसला होता, तेव्हा त्याच्या हाताला एक लालभडक मुंगी चावली...एक-दोन-तीन-चार...दहा हजारो मुंग्या तिथे होत्या....जणू ते जंगल मुंग्यांचे होते...त्या मुंग्यांतून जायला एकच वाट होती...ती नागमोडी वाट पाहिल्यावर त्याला काहीतरी आठवले...मुंग्या, नागमोडी वाट....क्षणात त्याला बाजिंदने दिलेला ताईत आठवला....त्याने तो काढला...तर बरोबर तसेच चित्र त्या कागदावर होते जसे समोर दिसत आहे.

तो कागद समोर धरून चालू लागला तर समोर एक गुहा दिसली. वरून पाण्याचा धबधबा पडत होता.

त्याने त्या गुहेत प्रवेश मिळवला...अंधाऱ्या गुहेत तो धाडसाने चालू लागला...खूप वेळ चालला आणि त्याला अंधारात दोन-चार हिरे चमकल्याचा भास झाला...त्याने लक्ष देऊन पाहिले आणि अंगावर सर्रदिशी काटा आला....ते दोन जिवंत वाघ होते.

११

सूर्यकांतची चाहूल लागताच ती वाघांची प्रचंड धुडे शरीर झिंझाडत उठू लागली, जणू खूप दिवस ते तिथेच बसून असावेत.

सूर्यकांतला पाहून त्यांनी मान वर करत प्रचंड डरकाळ्या फोडल्या...गुहेतील अणूरेणू शहारले.

सूर्यकांतच्या पायाखालची जणू जमीन सरकू लागली;

पण आता माघारी फिरणे अशक्य होते. एका झेपेत त्याचा घास झाला असता.

तो तसाच तटस्थ उभा राहिला.

ते दोनही वाघ बाजूला सरकू लागले. जणू ते काहीतरी खूण करत असावेत.

सूर्यकांतला समजेना काय घडत आहे. तितक्यात गुहेच्या प्रवेशद्वारातून भलामोठा हत्ती चित्कार करू लागला.

सूर्यकांतची विचारशक्ती क्षीण होऊ लागली. पुढे-मागे दोन्हीकडून जणू यमदेवाशी गाठ पडली होती.

तो तसाच पुढे झाला. धावता धावता पायाखाली असलेल्या दगडाला ठेचकाळून तो पडला. जमिनीवर वाळलेल्या गवताची गंजी असल्याने त्याला फारसे लागले नाही.

तो उठणार इतक्यात समोर एका चौकोनी दगडावर त्याला काहीतरी वस्तू असल्याचा भास झाला.

तो धाडस करून पुढे झाला. बाजूला उभ्या असलेल्या वाघांचा अन् बाहेर उभ्या असलेल्या हत्तींचा आवाज प्रचंड वाढला. त्याने त्या दगडावर पाहिलं.

एका हरणाच्या कातडीमध्ये चौकोनी वस्तू बांधून ठेवल्याचे त्याच्या निदर्शनास आले.

त्याने ते हरणाचे आवलण सोडवले. त्याला एक मजबूत वही दिसून आली. कोणत्यातरी प्राण्याच्या कातडीची पाने असणाऱ्या त्या वहीवर नैसर्गिक रंगाने चित्रविचित्र आकृत्या कोरलेल्या होत्या.

मोठ्या कुतूहलाने त्याने पहिले पान उघडले...तो वाचू लागला...वाचू लागला...आणि वाचतच राहिला.

निमिषे , पळे, घटिका भूतकाळात विलीन होऊ लागल्या...तहान-भूक विसरून तो सर्वांगाचे जणू डोळे करून ती वही वाचू लागला.

पहिला दिवस संपला... दुसरा...तिसरा...चौथा...पाचवा...!

तब्बल पाच दिवस तो आणि ती वही जणू एकरूप, एकजीव झाले होते.

जेव्हा तो भानावर आला...तेव्हा त्याच्या डोळ्यांतून धारा वाहत होत्या...अंगावरील रोमरोम पुलकित झाला होता.

तीच पाच दिवसांपूर्वीची दुनिया होती. तो विचित्र नजरेने पाहत होता.

भोवताली बसलेले ते वाघ असे का बसले होते इतके दिवस, त्याचे रहस्य त्याला समजू लागले.

विचित्र आवाज करून त्याने त्या वाघांना जवळ बोलावले...मायेने कुरवाळले व तो थकल्या पावलांनी गुहेच्या बाहेर आला.

समोर जो बलाढ्य हत्ती उभा होता तो अक्षरश: त्याच्यासमोर झुकून उभा होता.

तो त्या विस्तीर्ण जंगलात सर्वत्र मोठ्या आनंदाने पाहू लागला.

ते निर्जीव, निर्मनुष्य, भयप्रद जंगल त्याला विलक्षण सजीव वाटू लागले.

आनंद अवर्णनीय होता.

काय असे घडले होते?

ती वही, साधी वही नव्हती. वन्य प्राण्यांची भाषा समजून घेण्याचे जणू तंत्रच त्यात बाजिंदने लिहिले होते.

जशी माणसांची दुनिया असते, तशी प्रत्येक जीवाची पण दुनिया असते, भावभावनांचे अनेक खेळ जसे मानवी आयुष्यात होतात, अगदी तसेच पण वेगळ्या पद्धतीने प्राण्यांच्या दुनियेत होतात.

त्यांची भाषा शिकायचे जणू सांकेतिक स्फुट विज्ञानच बाजिंदने पुढील पिढीसाठी लिहून ठेवले होते.

ते कुठे व कसे लपवले याची माहिती कोणाला तरी दिल्याशिवाय त्याने प्राण सोडले नव्हते, याची जाणीव सूर्यकांतला झाली.

त्याचे डोळे अश्रूंनी डबडबले.

मग मात्र त्याने कंबर कसली.

उजाड झालेल्या चंद्रगडमध्ये पुन्हा जीव फुंकण्याचे ध्येय धरून त्याने काम सुरू केले.

जंगली जनावरे त्याच्या एका शब्दावर काहीही करू लागली;

पण जोवर शूर वीर मनुष्याची फौज उभी होत नव्हती तोवर बाजिंद ज्या

ध्येयासाठी खस्त झाला त्याच्या बलिदानाचे चीज होणार नव्हते. प्राण्याच्या गूढ भाषेचे ज्ञान लिहून ठेवून त्याचा उपयोग समाजाला व्हावा, ही त्याची पवित्र भावना होती. अनेक स्नातक निर्माण केल्याशिवाय तिची पूर्तता होणार नव्हती. या गोष्टीचा विचार करत महाराष्ट्रभरातून नि:स्वार्थी भावनेने प्रतिकूल परिस्थितीत लढत असलेले अनेक वीर सूर्यकांतने एकत्र जमवले.

प्राण्यांच्या गूढ भाषा जाणणाऱ्या त्याच्या विलक्षण कौशल्याने सर्व त्याला जणू देवाचाच अवतार मानू लागले; पण प्रत्यक्षात तसे नव्हतेच...तो साधाच मनुष्य होता;

पण त्याने उभे केलेले कार्य मात्र महान होते.

चंद्रगडला 'बाजिंद'चे झपाटलेले जंगल बनवले.

इथे पाऊल ठेवणारा परका माणूस परत जिवंत जाणार नाही, असा नियम बनवला गेला.

केवळ महाबळेश्वर जंगल नव्हे तर अवघ्या महाराष्ट्राच्या आख्यायिकेत बाजिंद-बद्दल बऱ्याच अंधश्रद्धा पेरल्या गेल्या. शे-दोनशे वीरांची ती टोळी देशासाठी जगू लागली; पण मर्यादा राखून.

उभा-आडवा महाराष्ट्र पारतंत्र्यात असताना शे-दोनशे वीर उठून बंड कसे उभे करतील?

अशक्य होते ते. आता ते सर्व शोधत होते एक संधी.

सूर्यकांत ब्रह्मचारी राहिले. पुढे त्यांच्या फौजेतील सर्वांत नि:स्वार्थी व पात्र धारकऱ्याला त्यांनी गूढ ज्ञान दिले. 'बाजिंद' म्हणून सेनेचे नेतृत्व दिले.

तीच परंपरा कायम राहिली. आज शंभर वर्षे झाली, हाडमांस शिंपून आम्ही हे बाजिंदचे जंगल व दहशत टिकवून आहोत.

मी सध्याचा 'बाजिंद' या नात्याने नेतृत्व करत आहे.

गुप्तपणे सारा महाराष्ट्र फिरलो. जागोजागी अन्याय, अत्याचार पाहून काळीज तुटत होते.

महाराष्ट्रावर परकीय आक्रमकांच्या टोळधाडी आळीपाळीने तुटून पडत होत्या. वतने, जहागिरी यासाठी स्वकीय बांधवांचे गळे आनंदाने चिरणारी पिढी तयार होत होती.

आपण परकीय सत्तेच्या अधीन आहोत हेच लोकांना समजत नव्हते.

धर्म, मानवता नावालाही शिल्लक नसताना, एक बाल क्रांतिकारक उठला. पुण्यातून ज्याने भागवत धर्माची भगवी पताका आपल्या राज्याचा ध्वज म्हणून जाहीर केला आणि हिंदुस्थानातील पाचही जुलमी राजवटीं विरुद्ध प्रचंड लढा उभा केला, कोणतीही परिस्थिती अनुकूल नसताना.

त्यांचे नाव ...'पुण्यश्लोक शिवाजी.'
महाराजांच्या या पवित्र कार्याची महती आमच्या रक्तारक्तात भिनली गेली.
तेव्हाच आम्ही ठरवले..हे 'बाजिंद'चे गूढ, गुप्त ज्ञान आता फक्त आणि फक्त हिंदवी स्वराज्यासाठी द्यायचे.
खंडोजी, गेले सहा महिने आमच्या जंगलातील घारी, गिधाडे तुझ्यावर पाळत ठेवून आहेत.
जेव्हा तू यशवंतमाचीत कुस्ती खेळायला जाणार होतास तेव्हा स्वराज्याचे गुप्तहेर बहिर्जी नाईक यांनी तुझ्यावर सोपवलेली यशवंतमाचीची जबाबदारी हे देखील मला या पशू-पक्ष्यांनी सांगितले.
तुझा सवित्रीवर बसलेला जीव आणि बेरडाच्या हल्ल्यात तू कर्तव्य सोडून चूक करणार, हे मी आधीच जाणले होते. तुम्हाला नाइलाजास्तव त्या दरीत उडी टाकून पळावे लागले. भिल्लांच्या भीतीने तुम्हाला इथवर आणण्याइतपत सर्वच्या सर्व घटना आपोआप घडल्या नसून त्या मी घडवल्या आहेत.
तुम्ही इथे आला नसून आणले गेला आहात.
असे म्हणताच बाजिंद पुन्हा हसू लागला...आणि त्याच्या त्या हसण्याने जंगलातील सर्व प्राणी प्रचंड कल्लोळ करू लागले.
सायंकाळच्या संधिप्रकाशात डोक्यावर धो धो पडणारा पाऊस वाचवण्यासाठी खंडोजी, नारायण, सखाराम, मल्हारी व सर्जा पाचही जण एका विस्तीर्ण झाडाखाली उभे होते. अंगावरील बोचरी थंडी सोसत ते चौघेही खंडोजीच्या तोंडून ती बाजिंदची विलक्षण कथा ऐकण्यात गढून गेले होते.
खंडोजी उठला.
त्याला जाणवले, की कथा सांगायच्या नादात सूर्य अस्ताला जात आहे. तो ताडकन उठून भर पावसात भराभर पावले टाकत जाऊ लागला.
चौघेही त्याला हाक मारू लागले; पण विजेचा कडकडाट आणि मुसळधार पाऊस यामुळे क्षणात तो दिसेनासा झाला.
सखारामने दीर्घ श्वास घेतला आणि मल्हारी, सर्जा व नारायणकडे पाहत बोलू लागला,
'गड्यांनो, ह्यो खंडोजी साधासुधा माणूस नक्कीच नाय.
त्यो ज्या बाजिंदची कथा सांगतोय, त्यात नक्कीच कायतरी लपले आहे. चला, आजच्या रातीला निवारा हुडकुया...उद्या येरवाळी त्यो येडा नक्की हजर आसंल.'

२०

पावसाचा जोर कमी झाला आणि अंधाऱ्या रस्त्याचा मागोवा घेत सखाराम व त्याचे साथीदार चालू लागले.

मध्येच वीज चमकायची आणि त्याच्या लख्ख प्रकाशात त्या रायगड परिसरातील भयाण जंगलाचे स्वरूप समोर दिसायचे आणि क्षणात पुन्हा काळोख पसरायचा.

जवळपास एक प्रहर होत आला. ते चालत चालत एका विस्तीर्ण पठाराजवळ आले.

दूरवर काहीतरी आवाज येत आहे, याची चाहूल सखारामला लागली आणि त्याने कान टवकारले. 'गड्यांनो, दूरवर माणसांची वस्ती असण्याची दाट शक्यता आहे. मला माणसे असल्याचा आवाज येत आहे.

चला! तिकडे जाऊया!'

असे म्हणताच सर्वजण त्या आवाजाच्या बाजूने चालू लागले.

हळूहळू तो आवाज तीव्र होऊ लागला. सोबत घोड्याच्या खिंकाळण्याचाही आवाज येऊ लागला.

सखारामने पाहिले, की समोर कोणाची तरी छावणी पडली आहे.

गरुडाचे चिन्ह असणारा पिवळा ध्वज समोर डोलत होता.

सावधपणे ते हळूहळू छावणीकडे सरकू लागले, इतक्यात त्या चौघांच्या पाठीला कोणीतरी तलवारी लावल्या...एक म्होरक्या उच्चरवात बोलू लागला, 'कोण रं तुम्ही?

राजे येसाजीराव शिर्क्यांच्या छावणीची टेहळणी करता काय?'

तोवर दुसरा बोलला, 'आरं बोलून ताकद काय वाया घालवतोस...घाल रपाटा डोस्क्यात...!'

सावध झालेल्या सखारामने जाणले, की ही छावणी सावित्रीच्या वडिलांची आहे. त्याने प्रसंगावधान राखत त्या शिलेदाराला सांगितले,

'ओ शिलेदार, आम्ही राजकुमारी साहेब सावित्रीबाईंचे पाहुणे आहोत. सोडा आमास्नी!'

'काय?

राजकुमारी साहेबांचे पाहुणे?'

एक जण बोलून गेला.

'होय, त्यांनीच रात्री इकडे बोलावले म्हणून आलोय आम्ही!'

त्याचे ते बोल ऐकताच त्या म्होरक्याने तलवारी खाली घेतल्या आणि त्या चौघांच्याकडे बघत बोलू लागला,

'तुम्हाला राणीसाहेबांचे नाव माहिती आहे म्हणजे नक्कीच तुमची ओळख असेल. चला आमच्या सोबत. आम्ही राजकुमारी साहेबांना वर्दी देतो. त्यांनी जर तुम्हाला ओळखले नाही, तर तुमचे मरण नक्की...चला!'

त्या चौघांना धक्का देत छावणीकडे आणले गेले.

ठायी ठायी हातात नंग्या तलवारी घेऊन पहारा देणाऱ्या त्या छावणीत शे-पाचशे वीर उभे होते.

मुख्य छावणीवर शिर्क्यांचा गरुडध्वज वाऱ्यावर हिंदोळे देत होता.

पलित्यांच्या प्रकाशात छावणी उजळून निघाली होती. नुकत्याच झालेल्या पावसाने गारठलेली घोडी, बैल अंग झिंझाडत होती.

त्या शिलेदाराने सावित्रीच्या कक्षात जाऊन वर्दी दिली आणि ते ऐकताच आत बिछान्यावर पहुडलेली सावित्री धावतच बाहेर आली.

सखारामने सावित्रीला पाहताच सुटकेचा नि:श्वास टाकला.

'सकाळी कुठे गायब झालात तुम्ही सारे?'

गंभीर मुद्रेने सावित्रीने त्या चौघांना प्रश्न केला.

'काय?

आम्ही गायब?

बाईसाहेब, रात्री आम्ही त्या मंदिरात झोपलो; पण आम्हाला जाग आली ते एका डोंगरावर. ऐन वेळी खंडोजीराव तिथे आले नसते तर त्या भुकेल्या वाघांनी आमची न्याहारीच केली असती,'

सखाराम उत्तरला.

'काय?

खंडोजी? कुठे आहे तो?

त्याला शोधून शोधून आमच्या सर्वांचा ऊर फाटला आहे आणि तो असा लपंडाव खेळतोय?'

माझे डोके बधिर होत आहे बाईसाहेब, आज दिवसभर खंडोजीराव आमच्या

सोबत या जंगलातल्या डोंगरकपाऱ्यांतून इथवर चालत आले आणि सूर्य अस्ताला गेल्यावर कुठेतरी गायब झाले. आता लिहून ठेवा, तो सकाळी इथे उगवणार नक्की!'

'खंडोजी दिवसभर तुमच्या सोबत होता?'

सावित्रीने प्रतिप्रश्न केला.

'तो का असा वागत आहे समजेना. मी व माझ्या यशवंतमाचीची सारी फौज त्याला शोधत आहोत!

'चला, मी तुम्हाला माझ्या वडिलांची ओळख देते करून,' असे म्हणून सावित्री व ते चौघे महाराज येसाजीरावांच्या कक्षात गेले.

एका उंच अशा आसनावर भरजरी कपडे घालून एका पुराण पुरुषाप्रमाणे बैठक घालून सोबत दोन-तीन वीरांसोबत व्यस्त असलेल्या राजे येसाजीरावांनी सावित्री आणि त्या चौघांकडे पाहिले. तसे काही न सांगता समोर बसलेले ते वीर उठून राजे येसाजी आणि सावित्रीला मुजरा करत निघून गेले.

'या, या, बसा!' समोर असलेल्या बैठक व्यवस्थेकडे बसायची खूण करत राजे येसाजी म्हणाले,

'कालच मला आमच्या साऊनी तुमची व्यथा सांगितली. तुमच्या गावाची अडचण खूप मोठी आहे गड्यांनो! नक्कीच राजे शिवाजी भोसले यात लक्ष घालतील तर हा त्रास कायमचा मिटेल; पण तुमचे अभिनंदन, की इतक्या मुसळधार पावसात जीव मुठीत धरून तुम्ही लोक गावासाठी बाहेर पडलात. तुमच्यासारखी समाजाची सेवा करणारे लोक हल्ली बघायला मिळत नाहीत रे!

सावित्री, यांचा चांगला पाहुणचार कर. उद्या मात्र खंडोजीला शोधूनच काढले पाहिजे!'

खंडोजीचे नाव घेताच सावित्री आणि राजे येसाजींच्या डोळ्यांत पाणी आले. ते आवरत राजे बोलले, 'साऊ, वेळ फार नाही गं आता. फक्त उद्याची रात्र. काय करायचे असेल ते आजच करा. परवाचा सूर्योदय आणि शिर्के साम्राज्य...'

बोलता बोलता राजे येसाजींचा शब्द जड झाला आणि ते उठून पाठमोरे झाले. डोळ्यांत आलेले पाणी पुसत सावित्री निर्धाराने म्हणाली, 'आबा, काळजी करू नका. मी तुमचीच लेक आहे. उद्या खंडोजीला घेऊनच मी इकडे येते. तुम्ही विश्रांती घ्या,' असे बोलून सावित्री त्या चौघांना घेऊन वेगळ्या छावणीत परतली.

नोकरचाकरांना बोलावून सखाराम व त्याच्या सहकाऱ्यांच्या भोजनाची व्यवस्था केली.

दिवसभर मरमर चालून पोटात भुकेने काहूर उठले होते.
जेवणाचे नाव उच्चारताच चौघांचेही चेहरे कमळासारखे फुलले.
पंचपक्वान्न ठेवलेली थाळी चौघांनी संपवायला प्रारंभ केला.
सावित्री समोर बसूनच ते पाहत होती.
ती म्हणाली, 'सावकाश होऊ दे भाऊ, ठसका लागेल!'
पाण्याचा घुटका घेत सखाराम बोलला, 'बाईसाहेब दिसभर खंडूजीनं तुमची कथा सांगितली आमास्नी! लय लय पुण्यवान मानसं हायसा तुम्ही. म्हणून तुम्हास्नी बाजिंदनं तेच्या राज्यात बोलावून घेऊन शंभर वर्षाचं आक्रित उलघडून सांगितले ते.'
क्षणभर गंभीर होऊन सावित्रीने किंचित हास्य केले आणि बोलू लागली,
'होय! पुण्य तर केलेच होते माझ्या बापजाद्यांनी; पण आम्हाला काय माहिती होतं की नियती आमच्याशी इतका क्रूर खेळ खेळत आहे.'
सावित्री पुन्हा तिच्या आयुष्याच्या गूढ गर्भात हरवून बोलू लागली,
'बाजिंदने आम्हाला तिथे बोलावून घेतले आहे याची जाणीव आम्हाला झाली; पण त्यापेक्षाही अभिमान एका गोष्टीचा होता, की शंभर वर्षे ही वेडी माणसे स्वत:चे जीवन न जगता, इतके गूढ ज्ञान असून देखील त्याचा गैरवापर न करता प्रसिद्धीपासून दूर राहून देशाचे काम करत होती.
त्या रात्री आम्हाला बाजिंदने सारे चंद्रगड दाखवले, पाहुणचार केला आणि एक गंभीर विषय मांडला.
'खंडोजी, शंभर वर्षे आम्ही ज्या संधीच्या शोधात आहे, ती आम्हाला तुमच्या रूपाने मिळाली आहे.
माझे एक काम कराल?'
बाजिंदने मोठ्या गंभीर मुद्रेने प्रश्न केला.
खंडोजीने मानेने होकार देत म्हटले, 'बाजिंद, मला माहिती नाही, आपले जन्मोजन्मीचे काय नाते असावे; पण तुमचे हे जे कार्य आहे ते महाराजांच्या कार्यापेक्षा कमी नाही आहे !'
'नाही, नाही खंडोजीराव...महाराज हिमालय तर आम्ही कुठलं टेकाड...ते गरुड तर आम्ही डास...!
अरे, ३५० वर्षांची गानिमांची भीती सामान्य माणसांच्या मनातून काढून असामान्य कामगिरी करवून घेणारे शिवाजीराजे हे जणू शिवाचे अवतार वाटतात कधी कधी!
माझे एक काम कराल?'
'हो! नक्कीच आदेश द्या!' खंडोजी बाजिंदला म्हणाला,

'ऐक खंडोजी, बाजिंदच्या तपस्येची, संघर्षाची कमाई असलेले ते गूढ विज्ञान लिहिलेली वही हिंदवी स्वराज्याच्या महान कार्याला देऊ इच्छितो!

तू ती वही स्वराज्याचे गुप्तहेर बहिर्जी नाईक यांच्याकडे देशील का?'

खंडोजीचे डोळे विस्फारले. हृदयाची कंपने अतितीव्र झाली.

निसर्गाच्या अनंत किमयेच्या एका कुलपाची चावी मिळते आहे, हे ऐकून त्याचे भान हरपले.

त्याला सावध करत बाजिंद बोलला, 'बोल खंडोजी, माझ्यापुढे तुझ्याइतका प्रामाणिक आणि विश्वासू माणूस दुसरा कोणीच नाही; कारण बहिर्जी नाईक हे गुप्तहेर आहेत, हे शिवाजी महाराज, जिजाऊ माँसाहेबांव्यतिरिक्त माहिती असेल तर तो फक्त तू आहेस आणि ही वही फक्त आणि फक्त नाईकांच्या हाती गेली तरच स्वराज्याचे काम अनंत पटीने सुखकर होईल.

बोल...करशील एवढं काम?'

क्षणात खंडोजी उत्तरला,

'होय! करेन हे काम मी!'

२१

बाजिंदचे ते गूढ ज्ञान लिहिलेली वही शिवछत्रपतींचे गुप्तहेर प्रमुख बहिर्जी नाईक यांना सोपवून ते ज्ञान हिंदवी स्वराज्याच्या कामी यावे यासाठी खंडोजीने मोठ्या धाडसाने ती जिवावरची जोखीम पत्करली.

त्या रात्री बाजिंदने चंद्रगडची ती मूठभर चिवट फौज आमच्या रक्षणास ठेवली व तो जंगलात काहीतरी उद्देशाने निघून गेला.

सावित्री बोलत होती. सखाराम व त्याचे साथीदार जेवण आटोपून थंडगार हवेच्या झुळकांत ढगाळलेल्या रात्री ती रहस्यमय कथा ऐकत होते.

सखाराम बोलला, 'बाईसाहेब, बहिर्जी नाईक यांचे नाव मी पण ऐकले आहे. स्वराज्याचे गुप्तहेर प्रमुख; पण बाईसाहेब, पुढे काय घडले?'

सावित्रीने पुन्हा दीर्घ श्वास घेतला आणि ती बोलू लागली,

'खंडोजी व मी मोठ्या उत्सुकतेने सारा चंद्रगड परिसर न्याहाळत होतो व बाजिंदच्या परतण्याची वाट पाहत होतो; पण तितक्यात जंगलात काहीतरी चमकले. क्षणाचाही विलंब न करता बाजिंदची फौज त्या दिशेने दौडू लागली. पाहतो तर एक किडकिडीत बांध्याचा, काळा पोषाख परिधान केलेला निशाणबारदार हारकारा वाऱ्याच्या वेगाने नदीकडे धावू लागला. बघता बघता नदीत उडी मारून तो पलीकडच्या दाट जंगलात पसार झाला.

सर्वांच्या काळजाचा ठाव चुकला होता. हा हारकारा नेमका कोणाचा असावा? याने बाजिंद व गूढ ज्ञानाच्या वहीचं रहस्य तर नाही ना ऐकलं. सर्व फौज काळजीत पडली. बाजिंदकडे निरोप गेला.

थोड्याच वेळात बाजिंदच्या येण्याची ती भयानक चाहूल लागली. वाघ, सिंह, हत्ती, चित्ते...अगणित हिंस्त्र पशूंची भयानक डरकाळी व आसमंत गर्जून सोडणारा चित्कार पाहून सावित्री व खंडोजीचे सर्वांग शहारले.

बाजिंद समोर येताच सर्व फौजेचे मुजरे झडले. खंडोजी व साऊ यांनी पण मुजरा केला.

त्यांच्याकडे गंभीर नजरेने पाहत बाजिंद बोलला,
'खंडोजी, शिर्के व सूर्यराव बेरड यांच्या युद्धात दरीत उडी मारून नदीतून पोहत तुम्ही जेव्हा इकडे येत होतात तेव्हा सूर्यरावाचा हारकारा तुमच्या मागावर होता. त्याने बाजिंदच्या जीवनाचे व गूढ वहीचे रहस्य ऐकले आहे. तो वाऱ्याच्या वेगाने सूर्यरावापर्यंत पोहोचला पण असेल.'
'मोठा घात झाला आहे खंडोजी. आता सूर्यरावाच्या एकाही माणसाला जिवंत ठेवणे म्हणजे बाजिंदच्या शंभर वर्षांच्या परंपरेला सरळ मूठमाती देणे ठरेल.
हे धर,' ती गूढ ज्ञानाची वही खंडोजीकडे देत बाजिंद पुढे म्हणाला,
'खंडोजी, मला वचन दे. ही वही फक्त बहिर्जी वाचतील व त्यांनाच तू देशील. तुला आई भवानीची आण आहे.'
क्षणात खंडोजी उत्तरला, 'काळजी नसावी. प्रसंगी जीव द्यावा लागला तरी बेहत्तर. ही जबाबदारी मी पार करीनच. तुम्ही बिनधास्त रहा.'
'ठीक आहे. मला त्वरित सूर्यरावावर छापा मारायला हवा. तुम्ही निघा. तुम्ही आता थेट यशवंतमाची गाठा. सावित्रीचे वडील तुमची दोघांचीही काळजी करत आहेत. साऊला तिथे ठेव. संधी शोधून तिथून निघ. ही जबाबदारी पार पाड. तुझ्या प्रत्येक हालचाली आमची घार, गिधाडे मला देतच राहतील. निघा. आई भवानी तुम्हास यश देवो.'
बघता बघता ती शे-दोनशे चिवट वीरांची ध्येयवेडी सेना सूर्यरावाचा खात्मा करायला निघून गेली.
साऊ आणि खंडोजीने पण शस्त्रे कमरेला अडकवली. खंडोजीने ती गूढ वही मस्तकाला लावून नमस्कार केला. हरणाच्या कातडी अवलानात गुंडाळून पाठीवर बांधली. ते चंद्रगडचा निरोप घेऊन जंगलमार्गे यशवंतमाचीकडे जाऊ लागले. चालत चालत बरेच जंगल पार करत ते खूप आत गेले.
सावित्री खंडोजीला बोलली,
'बहिर्जी नाईक कोण आहेत? बाजिंदसारखा महायोद्धा ज्या माणसाची इतकी स्तुती करतोय व विश्वास ठेवतोय तो माणूस कोण आहे खंडोजीराव?'
खंडोजी हसला व बोलला, 'माणूस?'
बहिर्जी नाईक माणूस नाही. हात-पाय-तोंड आहे म्हणून त्यांना माणूस म्हणता येईल. नाहीतर ते ना माणसात मोडले जातात ना जनावरांत. हिंदवी स्वराज्य पूर्णत्वास जावे म्हणून राजश्री शिवाजीराजे यांच्या सोबतीला ईश्वराने जणू आपला दूतच पाठवला असावा. जसे हनुमंताविना रामायण अपूर्ण, श्रीकृष्णाशिवाय महाभारत अधुरे. अगदी तसेच बहिर्जी नाईक यांच्याशिवाय शिवराष्ट्र अपुरे होय.'

बहिर्जींचे वर्णन करताना खंडोजीच्या अंगावर काटे आणि डोळ्यांत अश्रू उभे राहिले. जड शब्दाने तो बोलू लागला,

'साऊ, त्या महान अवलियाने सारे जीवन शिवाजी नावाच्या देवावरून अक्षरश: ओवाळून टाकले गं. स्वतःचे आयुष्य काय जगलेच नाहीत ते. आयुष्य सारे हिंदवी स्वराज्यासाठी वेचले. माझ्यासारख्या शेकडो पहिलवानांच्यात देशभक्ती निर्माण करून, शिवाजी महाराजांच्या पवित्र कार्यात आणून आयुष्याचे सोनं केलं. बस्स! आता जगायचं तर शिवाजी राजांच्या कामासाठी. याच कामासाठी मरण जरी आलं तरी हसत स्वीकारायचं आणि पुनर्जन्म खरा असेल तर याच शिवाजी महाराजांच्या हिंदवी स्वराज्याच्या कामासाठी मला पुन्हा पुन्हा जन्म मिळू दे, अशी प्रार्थना आई भवानीला करेन!'

खंडोजीचे बोलणे ऐकून सावित्रीचेही डोळे भरून आले.

ज्या बाजिंदच्या कथा ऐकून रायगड पंचक्रोशी गेली शंभर वर्षं घाबरुन होती, तो बाजिंद स्वतःच्या आयुष्याची ठेव एका अनोळखी माणसाच्या हाती देतोय; कारण तो शिवाजीराजांचा माणूस आहे. बहिर्जी नाईक सारखा माणूस स्वतःचा जीव ओवाळून टाकतो त्या स्वराज्यावर हा खंडोजी जन्मोजन्मी सुख न मागता शिवाजीची चाकरी मिळू दे म्हणतोय. तिचेही डोळे पाणावले. तिला समजून चुकले, की शिवाजी महाराज व त्यांचे कार्य किती थोर आहे ते. आबासाहेब पोकळ स्वार्थाला कवटाळून महाराजांशी वैर घेत आहेत याचीही जाणीव तिला झाली होती. तिला हुंदका आवरला नाही.

तिने खंडोजीला आश्वासन दिले, 'मी स्वत: वडिलांना सांगेन, की महाराजांचे कार्य किती उदात्त व पवित्र आहे ते...मी काही करून त्यांना शिवाजी महाराजांच्या कार्यात सामील करीन,' तिने तसा दृढ निश्चयच केला होता.

यशवंतमाची.

खंडू व साऊ गेल्यापासून सारी यशवंतमाची काळजीत होती.

सूर्यराव बेरडाच्या हल्ल्याने साऊ मरता मरता वाचली. जर खंडोजी नसता तर आज शिर्क्यांची अब्रू संपली असती.

सारे जंगल शोधून काढूनही ते दोघे सापडत नव्हते. राजे येसाजीराव चिंतेत होते. दरम्यान, एका शिलेदाराने वर्दी दिली, 'राजे, बाईसाहेब आणि खंडू राजवाड्यात आले आहेत.'

२२

सावित्री येत आहे हे ऐकून राजे येसाजीरावांच्या पत्नीला रखमाई बाईसाहेबांच्या आनंदाला पारावर राहिला नाही.
तिने वाड्यातील बायका एकत्र करून पंचारती घेऊन खंडू आणि साऊला ओवाळून वाड्यात घेण्यासाठी घाई केली.
राजे येसाजीराव निहायत खुश होते.
शिर्क्यांची अब्रू सहीसलामत परत येत होती. ती घेऊन येणारा खंडू आपल्या पदरी असलेला पहिलवान आहे, ही भावना त्याला मनस्वी आनंद देत होती.
अनेक जखमा, गेली कित्येक दिवसांची दगदग, त्यासोबत बाजिंदसारख्या आख्यायिकेतून प्रसिद्ध असलेल्या; मात्र आजवर कोणी न पाहिलेल्या अवलियाला भेटून, त्यांचे रहस्य ऐकून, त्याच्या शंभर वर्षाच्या तपस्येचा ठेवा सोबत घेऊन आपण आलो आहोत, या जाणिवेने सावित्री व खंडोजी जबाबदारीच्या भावनेत होते. जखमा व दगदग याची चिंता उरली नव्हती.
मोठ्या आनंदात ते यशवंतमाचीत प्रवेशले.
शिंगे-तुतारीच्या निनादात यशवंतमाचीच्या हजारो लोकांच्या साक्षीने सावित्री आणि खंडोजी वाड्यात आले.
रखमाबाईसाहेबांनी दोघांना ओवाळून वाड्यात घेतले.
राजे येसजीरावांनी खंडोजीला आनंदाने मिठीच मारली. जड शब्दांत ते बोलले.
'खंडू, आज शिर्क्यांची अब्रू, इज्जत केवळ तुझ्यामुळे सहीसलामत आम्ही पाहत आहोत. तुझे उपकार शिर्के कधीही विसरणार नाहीत.'
त्यांचे जोडलेले हात हातात धरत खंडोजी उद्गारला. 'राजे, हे तर माझे कर्तव्य होते. तुम्ही सांगाल ते काम मी मोठ्या आनंदाने करेन.'
खंडोजीचे बोलणे ऐकून राजे येसाजींनी त्याला पुन्हा मिठी मारली.
त्याच्या अंगावरच्या जखमा पाहून त्यांनी त्वरित वैद्यांना बोलावून आणले.
वैद्यांनी जखमा पाहिल्या आणि शिर्क्यांच्या वाड्याच्या मागे असलेल्या विहिरीत

साठवलेले वर्षानुवर्षाचे जुने घट्ट तूप त्याच्या जखमांना लावले. कित्येक दिवसांच्या वेदना शांत होताना पाहून खंडोजी दीर्घ श्वास घेत झोपी गेला. सावित्री तिच्या कक्षात पहुडली. गेले कित्येक दिवसांच्या चित्तथरारक घटना आठवण्याचा प्रयत्न करू लागली. बेरडाच्या जीवघेण्या हल्ल्यात जिवाची बाजी लावून तिला वाचवणारा खंडोजी तिला आठवला. ती दरीतून मारलेली उडी, भिल्लांचा हल्ला, बाजिंदचे जंगल, खंडोजीची बहादुरी, प्राणप्रिय ध्येयासाठी स्वतःच्या जिवाची पर्वा न करता यशवंतमाचीत पहिलवान म्हणून येणं, ते सारं सावित्रीला मनोमन आवडलं होतं. गेले कित्येक दिवस खंडोजीच्या सहवासाची जणू काही सवय तिला लागली होती. ती त्या रम्य आठवणीत झोपी गेली.
खंडोजी यशवंतमाचीत आला आहे, ही बातमी वाऱ्याच्या वेगाने वस्तादकाकांच्या कानावर गेली.
बहिर्जींच्या परवानगीशिवाय खंडोजीने सावित्रीला वाचवण्यासाठी सूर्यराव बेरडाचे जे वैर घेतले होते ते बहिर्जींच्या कानावर गेले होते.
खंडोजीला गिरफ्तार करण्याचे आदेश वस्तादकाका व त्यांच्या तुकडीला मिळाले होते; पण खंडोजीसोबत आजवर शेकडो मोहिमा केलेल्या वस्तादकाकांचा खंडोजीवर जीव होता. कसेही करून यशवंतमाचीच्या फौजेला पांगवून हिंदवी स्वराज्याचा भगवा झेंडा यशवंतमाचीवर फडकवायला जर आपण खंडोजीला भाग पाडले, तर बहिर्जींचा राग शांत होईल, असे त्यांना वाटत होते. खंडोजीला भेटण्यासाठी ते त्वरित राजे येसाजीरावांच्या वाड्यातील तालमीत निघाले.
तिकडे सूर्यराव बेरडांच्या हेजीबाने बाजिंदच्या जंगलात ऐकलेली बित्तंबातमी खडान्खडा सूर्यरावाच्या कानी घातली.
हेजीबाने सांगितलेल्या गोष्टीवर विश्वास ठेवावा कसा, हा प्रश्न सूर्यरावाला पडला. ठेवावा तर जे काही त्याने सांगितले ते वस्तुस्थितीला धरून नव्हते आणि न ठेवावा तर जिवावर खेळून ही माहिती काढलेला हेजीब खोटं बोलणार नव्हता. द्विधा मन:स्थितीत सूर्यराव पुढच्या योजना आखू लागला;
पण त्याआधीच त्याचे डोके धडावेगळे करण्याच्या दृढ निश्चयाने 'बाजिंद' व त्याची चिवट फौज वायू वेगाने सूर्यरावच्या फौजेवर छापा घालण्याच्या तयारीत होती.
पहाटेच्या मंद वाऱ्याची झुळूक खंडोजीच्या सर्वांगाला स्पर्श करून गेली. गाढ झोपेतून तो उठला.
सावित्रीच्या अनामिक ओढीने त्याला अस्वस्थ केले.
कित्येक संकटे सावित्रीच्या साक्षीने त्याने पार केली होती. अंगावरच्या जखमांच्या वेदना कमी झाल्या होत्या. तो तसाच उठला. तालमीचा दरवाजा उघडून त्याने

बाहेर वाड्याकडे पाहिले.
सावित्रीला भेटलोच नाही कालपासून. त्याचे मन त्याच्याशीच बोलू लागले.
चंद्रचांदण्यांचा प्रकाश आणि पहाटेचा मंद वारा. दूरवर पाहरेकऱ्याच्या आरोळीचा बारीक आवाज आणि उरात सवित्रीबद्दलची घालमेल. खंडोजी निश्चय करून वाड्यात शिरला. सांधीसपाटीत बोटे घालून तो वाड्याची दगडी भिंत चढला. त्याने सावित्रीच्या कक्षाजवळ प्रवेश मिळवला.
समोरून दरवाजा बंद होता म्हणून पाठीमागून जेमतेम पाऊल बसेल इतक्या निमुळत्या जागेतून सावित्रीच्या कक्षाजवळ असलेल्या खिडकीत गेला आणि खिडकीतून आत झेपावला.
समईच्या सोनेरी प्रकाशात सारे दालन उजळून गेले होते. कक्षाच्या मध्यावर असलेल्या भव्य मंचकावर सावित्री पहुडली होती.
तिला पाहताच खंडोजीच्या हृदयाचे ठोके जोरात पडू लागले.
तो धाडस करून मंचकाजवळ जाणार इतक्यात सावित्रीला कोणीतरी आल्याची जाणीव झाली. उशाला ठेवलेला जंबिया उचलून सावध पवित्रा घेत ती ओरडली, 'कोण आहे?'
समईच्या मंद प्रकाशात धिप्पाड खंडोजी तिला दिसला.
ज्याच्या आठवणीने रात्रभर ती अस्वस्थ होती तो समोर उभा पाहून तिच्या हातातील खंजीर गळून पडला. बेभान होऊन तिने खंडोजीला मिठी मारली. खंडोजीनेही तिच्या मिठीने होणाऱ्या जखमेच्या वेदना सहन करत तिला बाहुपाशात घेतले.
त्या वेदनेतसुद्धा मोठा आनंद होता.
पहाटेचा मंद वारा खिडकीतून आत आला आणि समई विझली.
पहाटेच्या रम्य वातावरणात. चंद्राच्या शीतल प्रकाशात. अंधाऱ्या खोलीत ते दोन जीव एक झाले होते.
ना भूतकाळाची काळजी, ना भविष्याची चिंता. अशा मिठीत काळाचे भान उरत नसते. ती एक समाधी अवस्था होऊन जाते.
अनेक योगातून असाध्य असणारी ही अवस्था केवळ प्रेमयोगातच समजते.
केवळ आनंद. केवळ आनंद.
त्या मिठीत स्वर्गाचे सुखही अपुरे वाटावे.
सारी यशवंतमाची पहाटेच्या वेळी गाढ निद्रा घेत होती आणि ही दोन शरीरे जणू एकजीव झाली होती.
त्या रेशमी आठवणी आत्ताही सावित्रीच्या डोळ्यातून अश्रूंवाटे घळाघळा वाहत होत्या. आपला भूतकाळ त्या चौघांसमोर ती कथन करत होती.

२३

सखाराम व त्याचे सवंगडी सर्वांगाचे कान करून सावित्रीच्या तोंडून तिचा भूतकाळ ऐकत होते.

'बाईसाहेब....पुढे काय झाले?'

धाडस करून मल्हारीने सावित्रीला प्रश्न केला,

'पुढे?'

डोळ्यांत आलेले अश्रू पुसत सावित्री बोलली,

'दैव अशी विचित्र परीक्षा का घेते देव जाणे. जेव्हा असे वाटते, की आयुष्यात सर्व संपले तेव्हा नवीन अध्याय सुरू होतो. वाटते की आता काही नको. अगदी त्याचवेळी नियतीची वाईट चपराक बसते.

'खंडोजीच्या मिठीत मी जग विसरले होते, सकाळच्या कोवळ्या सूर्यकिरणांनी पहाटेचे शीतल चांदणे विरून गेले. रायगडच्या बाजूने आलेल्या गार वाऱ्याने आम्हीं दोघेही भानावर आलो.'

खंडोजी म्हणाला, 'साऊ, आता तुझा विरह सहन करणे मला अशक्य आहे. मी आजच बहिर्जी नाईकांच्या खासगीत वर्दी धाडून त्यांची भेट घ्यायला निघतो. बाजिंदची बहुमूल्य जबाबदारी त्यांच्या हाती सुपूर्द करून मला तुला कायमचे घेऊन जायचे आहे.'

खंडोजीची मिठी सैल करत साऊ बोलली, 'ठीक आहे. मलाही तुमच्याशिवाय जगणे आता मुश्किल आहे; मी पण आजच आबासाहेबांची समजूत काढते. घडलेले सर्व कथन करते. शिवरायांच्या हिंदवी स्वराज्याच्या पवित्र कामात आता शिर्क्यांची तलवार चालावी. मी नक्कीच आबांना समजून सांगेन.'

सावित्रीचे दोन्ही खांदे घट्ट पकडून खंडोजी बोलला,

'साऊ, असे जर घडले तर माझ्यावर नाईकांनी सोपवलेली कामगिरी फत्ते होईल. रक्ताचा थेंब न सांडता यशवंतमाची स्वराज्यात आली, तर तू आणि मी जन्मोजन्मी एकत्र राहू, ही शपथ मी तुला देतो. मी त्वरित खेडेबाऱ्याकडे रवाना

होतो.'
सावित्रीचा निरोप घेऊन घाईने खंडोजी तालमीकडे जाऊ लागला.
दरम्यान, हत्यारबंद शिबंदी जंगलमार्गात पेरून खंडोजीसोबत शेवटच्या वाटाघाटी करायच्या उद्देशाने वस्तादकाका रात्रीच यशवंतमाचीच्या हद्दीत आले होते.
खंडोजी तालमीत आला. लपवून ठेवलेली ती गूढ वही घेतली. कमरेला तलवार, पाठीला ढाल अडकवली. ढालीच्या आत ती वही लपवली आणि क्षणभर जगदंबेचे समरण केले. आता पुढचे काही तास त्याच्यासाठी खूप महत्त्वाचे होते.
तिकडे सूर्यराव बेरडाने यशवंतमाचीवर निकराचा हल्ला चढवायचे नियोजन केले. आजवरच्या अपमानाचा बदला राजे येसजीरावांच्या रक्ताने धुतला जाईल, असे त्याला मनोमन वाटले.
यशवंतमाची व बाजिंदची ती गूढ ठेव, दोघांचीही तहान त्याला लागली होती. ही तहान आता केवळ शिक्र्यांच्या रक्ताने शमणार होती;
पण सूर्यरावाचे मनसुबे धुळीस मिळवण्यास बाजिंदची चिवट फौज वाऱ्याच्या वेगाने जंगलात घुसली होती. घुसली नव्हे आलीच.
'हर हर महादेव'च्या गर्जनेने जंगल दुमदुमून गेले. यशवंतमाचीकडे रोखलेले सूर्यरावाचे भाले मागे वळले. तुफानी युद्धास प्रारंभ झाला.
हल्ला कोणी केला, का केला, विचार करायला सूर्यरावला सवडच मिळाली नाही. त्याने बाजिंदच्या फौजेशी निकराची लढत द्यायला सुरवात केली.
बाजिंदच्या येण्याने जंगलातील सर्व प्राणी कमालीचे बिथरले होते. त्यांच्या गोंगाटाने आसमंत दुमदुमून गेला. समोरून अनोळख्या शत्रूचा हल्ला व जंगलातील प्राण्यांनी, पक्ष्यांची, कीटकांनी चालवलेला गोंगाट याने सूर्यरावाची फौज भेदरून गेली. वाट दिसेल तिकडे धावू लागली. सूर्यराव सर्वांना ओरडून थांबायचे आदेश देत होता; पण भीतीने गांगरलेली त्याची सेना काही ऐकून घ्यायच्या मन:स्थितीत नव्हती.
इकडे खंडोजी तालमीतून बाहेर पडणार इतक्यात वस्तादकाकानी तालमीचे दार उघडले.
काकांना पाहताच खंडोजी आनंदाने बेभान झाला. त्याने वेगाने जाऊन काकांच्या चरणांना स्पर्श केल. काकांनी त्याला उठवत मिठी मारली.
'खंडू, कसा आहेस तू?
आणि काय करून बसला आहेस तू?
आपण यशवंतमाचीची रसद पांगवून यशवंतमाची स्वराज्यात आणण्यासाठी येथे

आलो होतो; पण तू शिर्क्यांच्या मुलीसाठी खुद्द बहिर्जी नाईकांचा आदेश डावललास?
मी ज्या खंडूला ओळखतो, तो नक्कीच तू नव्हेस.'
शांतपणे ऐकून घेत खंडोजी बोलला, 'वस्तादकाका, मला माफ करा. मला माझे कर्तव्य पूर्ण माहिती आहे; पण सावित्रीच्या प्रेमात मी आकंठ बुडालो आहे. मला कर्तव्य बजावू दे. मी सवित्रीशी लग्न करणार आहे.'
घडलेला सर्व वृत्तांत खंडेरायने वस्तादकाकांना सांगितला. बाजिंदच्या गूढ वहीबद्दल सांगितले. खंडेरायचा वस्तादकाकांच्यावर खूप विश्वास होता. तो बोलला,
'मला त्वरित खेडेबऱ्याला पोहोच करा काका. माझी आणि नाईकांची भेट झाली पाहिजे लवकर. सावित्री पण वडिलांना सर्व समजून सांगून यशवंतमाची स्वराज्यात सामील करण्यास भाग पाडणार आहे. चला काका. सूर्यराव बेरडाचा निकराचा छापा कधीही यशवंतमाचीवर पडणार आहे, अशी खबर आहे.'
दीर्घ श्वास सोडत काका बोलले. 'खंडू. अरे केवळ मनपरिवर्तन करून जर यशवंतमाची स्वराज्यात येणार असती, तर नाईकांनी ही जीवघेणी कामगिरी तुझ्यावर का सोपवली असती! काही गोष्टी शब्दांनी नव्हे तर तलवारीने सुटत असतात.
बाजिंदच्या गूढ कथा आजवर मी ऐकून होतो; पण तू केलेल्या उलगड्यावरून मला तुझ्यावर कसा विश्वास ठेवावा हा प्रश्न पडला आहे.
हे ऐकताच खंडोजीने कशाचाही विलंब न करता पाठीवर अडकवलेल्या ढालीतून ती गूढ वही काढून वस्तादकाकांच्या हाती ठेवली. 'काका, मी आजवर तुमच्याशी कधीही खोटे बोललो नाही. हे बघा हा पुरावा.'
त्या वहीचे अवलोकन करत वस्तादकाका कमालीचे गंभीर झाले. त्यांनी परिस्थितीचे गांभीर्य ओळखले. खंडोजीला ती वही त्वरित परत करत ते म्हणाले,
'खंडोजी, खूप वेळ झाला तुझ्या येण्याला. काही क्षणांत मराठ्यांची फौज यशवंतमाचीवर तुटून पडेल. तू इथे थांबू नकोस. तुला गिरफ्तार करायचे आदेश आहेत नाईकांचे. तू थांबू नकोस इथे.'
हे ऐकताच ज्वालामुखी भडकावा तसा खंडोजी भडकला. 'यशवंतमाचीची रसद न पांगवता जर हल्ला चढवायचा होता तर मला या कामगिरीवर का नियुक्त केले काका?
मी सावित्रीला सांगून रक्ताचा थेंब न पडता माची स्वराज्यात आणणार होतो. नाईकांनी अशी आज्ञा दिलीच कशी?

'कशी दिली हे विचारायची पात्रता कोणाचीच नाही खंडोजी,' काका गरजले. 'रक्त शिंपून उभे केलेले हे स्वराज्य आसेतु हिमाचल असेच वाढावे यासाठी नाईकांनी सर्वस्वाची होळी केली आहे, हे तू जाणतोस. आजवरच्या तुझ्या कामगिरीवरून तुला यशवंतमाचीची कामगिरी दिली; पण मराठेशाहीचा शिरस्ता माहिती असून देखील तू स्त्री मोहात पडून कायदे मोडलेस, ते कोणाला विचारून?

ठीक आहे. तुझ्यासोबत जे घडले ते गूढ व विलक्षण आहे खंडेराय; पण आता तू जर इथे मराठ्यांच्या हाती लागलास तर तुला गिरफ्तार केले जाईल. माझे ऐक. नाईकांचा निर्णय देवसुद्धा बदलत नाही. तिथे मी कोण आहे? वातावरण शांत होईपर्यंत तू बाहेर रहा. योग्य वेळ आल्यावर मी मध्यस्थी करीन. मग हा अनमोल ठेवा स्वराज्याच्या कामी येईल यासाठी प्रयत्न करू.

मी निघतो आता. मला इशारत करून फौजेला सांगावा धाडला पाहिजे. तू निघ इथून. उतरतीच्या डोंगरावर गुहेत रहा. तिथे मी येऊन भेटेन,'

असे बोलून वस्तादकाका निघून गेले.

खंडोजीच्या मनात विचारांचे महावादळ सुरू झाले.

इकडे सावित्रीने घडलेला सर्व वृत्तांत येसाजीरावांच्या कानी घातला. शिवाजी महाराजांना सामील होण्यासाठी कळकळून सांगितले.

येसाजीरावांच्या मनात बाजिंदची कथा ऐकून मोठी खळबळ माजली.

त्यांचे मन म्हणू लागले, की किती काळ महाराजांशी वैर धरायचे. सारा मुलूख शिवाजीराजांचा पोवाडा गातोय. आपणही सामील व्हावे. त्यांचे मन पालटू लागले; पण, इतक्यात...

एक निशाणबारदार धावत आला आणि सांगू लागला,

'राजे घात झाला. भगव्या झेंड्याच्या निशानाची फौज यशवंतमाचीवर तुटून पडली आहे. वेशीच्या रक्षकांची कत्तल उडवत ते आत घुसत आहेत. मराठ्यांचा छापा पडला आहे.'

काही वेळापूर्वीच मराठ्यांना सामील होण्याचे स्वप्न पाहणारे राजे सवित्रीवर ओरडले, 'पाहिलेस? आणि तू त्यांना जाऊन मिळायला सांगत होतीस मला? आता मारू किंवा मरू. तू वाड्याबाहेर पडू नकोस,'

असे बोलून राजे बाहेर पडले. युद्धाचा डंका वाजू लागला. शिर्क्यांचा सेनासागर जमा झाला.

आता युद्ध. आता मोठमोठे आलंकारिक शब्द मौन राहतील. आता तलवारी बोलतील. तलवारीच चालतील. राजे येसाजीराव युद्धाचा पोषाख चढवून घोड्यावर स्वार झाले. पाठोपाठ शिर्क्यांची चिवट फौज निघाली.

२४

दरम्यान, मराठ्यांनी यशवंतमाचीच्या पूर्वेकडून हल्ला चढवत पूर्व वेस कब्जात घेतली.

मराठ्यांच्या त्या निकराच्या लढ्यात अग्रभागी स्वत: वस्तादकाका नेतृत्व करत होते.

'छत्रपती शिवाजी महाराज की जय', 'हर हर महादेव'च्या घोषणांनी रायगडचे खोरे दुमदुमून गेले.

भगव्या जरीपटक्यांचे निशाण हिंदोळे घेत शिर्क्यांच्या काळजात घुसत होते.

राजे येसाजीरावांनी घोडदळाला आज्ञा केली व तेसुद्धा 'काळभैरवाच्या नावानं चांगभलं' अशी आरोळी देत मराठ्यांच्या फौजेवर तुटून पडले.

तलवारीच्या खणखणाटाने यशवंतमाची हादरून गेली.

कमजोर योद्धे गतप्राण होऊ लागले. वीरांचे तांडव सुरू झाले.

इतक्यात मराठ्यांच्या एका बहाद्दराने राजे येसाजीरावांच्या रोखाने जंबियाचा गोळा भिरकावला.

सुदर्शन फिरावे तसा तो गोळा सुसाट वेगाने राजे येसजीरावांच्या छातीवर येऊन आदळला.

घाव वर्मी बसल्याने, प्रचंड तडाख्याने राजे येसाजीराव घोड्यावरून खाली पडले.

शिर्क्यांची फौज ते चित्र पाहून भयभीत झाली.

घोडदळ मागे फिरू लागले.

हे पाहताच मराठ्यांच्या फौजेला अवसान चढले. तुफान कत्तल करत ते पुढे सरकू लागले.

घोड्यावरून पडलेल्या येसाजीरावांना काही अंगरक्षकांनी उचलून सावध केले.

ते शुद्धीवर आले; पण समोर शिर्क्यांची पीछेहाट पाहताच ते जखमी अवस्थेत पुन्हा घोड्यावर स्वार झाले;

पण गोळ्याच्या प्रहाराने त्यांना शुद्ध टिकवणे कठीण होते.

मराठ्यांनी जवळपास शिर्क्यांच्या फौजेला कोंडीत आणले होते. आजवर अजिंक्य असलेली यशवंतमाची आज मराठे जिंकणार, अशी लक्षणे दिसू लागली. दूरवर यशवंतमाचीच्या वाड्यावरून 'साऊ' हे सारे पाहत होती. इतक्यात वाड्याच्या मागे असलेल्या तालमीतून 'काळभैरवाच्या नावानं चांगभलं'च्या आरोळ्या उठल्या. राजे येसाजीरावांच्या पदरी असलेले निष्ठावान शे-दोनशे पहिलवान युद्ध पोषाख घालून युद्धभूमीकडे धावले. त्यांचा म्होरक्या होता एक धिप्पाड पहिलवान. दुरूनच साऊने त्या म्होरक्याला ओळखले.

भीमा जाधव.

खंडेरायने यशवंतमाचीच्या यात्रेत चित करून सपशेल पराभव केलेला राजे येसाजीरावांच्या खासगीतला मल्ल.

मातृभूमीचे रक्षण करून पराभवाचे उट्टे काढण्याच्या मनसुब्याने त्वेषाने बाहेर पडला होता तो.

शे-दोनशे पहिलवानांचे ते टोळके हातात तलवारी-भाले घेऊन मराठ्यांच्या हल्ल्याच्या प्रतिकारासाठी निघाले.

धुळीचे लोट उडवत त्या पहिलवानांना पहिलीच टक्कर निकराची दिली.

पहिलवानी घाव वाया जात नव्हता. ज्यावर पडेल त्याची खांडोळी होत होती.

एक एक पहिलवान दहा-दहा धारकरी कापू लागला.

घोड्यासकट योद्ध्यांना उचलून आपटू लागला.

महाभारतात घटोत्कचाने जसा संहार कौरव सेनेचा मांडला होता, तसाच संहार त्या शिर्क्यांच्या नेकजात पहिलवानांनी मराठ्यांच्या सेनेविरुद्ध मांडला होता.

आता थांबण्यात राम नव्हता. इशारतीचे कर्णे वाजू लागले. विजयाची माळ गळ्यात पडता पडता भीमाने ती हिसका मारून आपल्या हाती घेतली होती.

पुढे पळणाऱ्या फौजेची त्रेधातिरपीट बघत राजे शिर्के व पहिलवानांची फौज उभी होती. भीमाने डोक्याला चढवलेले शिरस्त्राण उतरवले आणि राजे येसाजीरावांच्या समोर येऊन मुजरा केला.

राजे निहायत खुश झाले. ते बोलले. 'भीमा, अरे तू आज धावून आला नसतास तर शिर्क्यांची अब्रू, परंपरा सर्व काही मोडीत निघाले असते. संपले असते सारे,' असे म्हणत त्यांनी भीमाला मिठी मारली; पण छातीवरील आघाताने त्याच्या मिठीतच मूर्च्छित होऊन पडले. सारे सैन्य राजे येसाजींना घेऊन वाड्याकडे जाऊ लागले.

एक योद्धा मात्र जाणीवपूर्वक मागे उभा होता. त्याचे बलदंड बाहू घामाने डबडबले होते. हातातील नंगी समशेर रक्ताने निथळत होती. त्या रक्ताकडे पाहत त्या वीरांच्या डोळ्यांत अश्रू तरळले. शिरस्त्राण काढून एकवार भरल्या

नेत्रांनी त्या पळणाऱ्या सेनेला पाहून तो पुन्हा यशवंतमाचीकडे वळला.
ओळखले...ओळखले...
जंगलात उंच झाडावर हिरव्या पाल्याची झालर अडकवून हेरगिरी करणाऱ्या शिवछत्रपतीच्या निशाणबारदार हेजीबाने ओळखले...तो वीर कोण आहे ते...
खंडेराय.
होय. खंडेराय सरदेसाई.
बहिर्जीच्या खांद्याला खांदा लावून अनेक युद्धांत महाराजांना यश मिळवून दिले होते, तो स्वराज्याचा गुप्तहेर, बहिर्जींचा उजवा हात, स्वराज्याशी फितूर झाला आहे. आपल्याच बांधवांची कत्तल उडवून तो अजूनही यशवंतमाचीत आहे.
विजेच्या वेगाने ही खबर दस्तुरखुद्द बहिर्जी नाईकांच्या कानी पोहोचली.
कानात उकळते तेल ओतल्यासारखे झाले.
डोळ्यांत पश्चात्ताप उतरला.
रायगड परिसरात एका गुप्त ठिकाणी हजारो मावळ्यांच्या पुढे बहिर्जी बसले.
हेजीब खंडेरायाच्या कत्तलीचे वर्णन करत होता.
वस्तादकाका मान खाली घालून सर्व ऐकत होते.
'वा काका, चांगले शिक्षण दिले तुम्ही तुमच्या पठ्ठ्याला,'
बहिर्जी नाईक ओरडले. सारी सेना भीतीने कापू लागली. बहिर्जींचा राग काय आहे हे सर्वांना ठाऊक होते.
'आजवर शेकडो जीवघेण्या मोहिमा करून तयार झालेली माझी नजर खंड्यासारख्या फितुराला कशी ओळखू शकली नाही याचा मला पश्चात्ताप होतोय.
उद्याचा दिवस मावळायच्या आत स्वराज्याशी आणि महाराजांशी वैर करणारी यशवंतमाची जर स्वराज्यात आली नाही, तर तुमच्यापैकी एकानेसुद्धा मराठेशाहीचे नाव घेऊ नये.
खंडूच्या जिवावर मोठ्या विश्वासाने माझी जीभ लवलवली होती, की यशवंतमाची एका महिन्यात स्वराज्यात येईल म्हणून. आज महिना होत आला तर पदरात काय पडले?
अपयश? कत्तल? गद्दारी?
मी जातीने उद्या माचीवर हल्ला चढवणार.'
इतक्यात समोर उभे असलेले वस्तादकाका पुढे झाले.
त्यांनी बहिर्जींच्या पायाला मिठी मारली. ते बोलले, 'नाईक, आम्ही जिवंत असताना तुम्ही मोहिमेवर जाणार?
मराठेशाही शेण घालेल तोंडात. महाराज कधीही माफ करणार नाहीत.

आजवरची माझी नोकरी रुजू धरावी आणि मला अखेरची संधी द्यावी.
शिकस्त करून माची स्वराज्यात घेऊन येईन, नाहीतर हे तोंड परत कधीही तुम्हाला दाखवणार नाही नाईक.'
वस्तादकाकांच्या डोळ्यांतील आग पाहून नाईकांनी त्यांना उठवले.
ते बोलू लागले, 'काका, माफ करा मला. मी जहाल बोलतो;
पण आज मराठ्यांचा धाक अवघ्या पातशाहीला आहे; कारण महाराज दिलेला शब्द पाळतात. जो शब्द पाळू शकत नाही तो मराठा नव्हे.
उद्या सायंकाळपर्यंत वाट बघू.
शिर्क्यांची शिबंदी पांगो न पांगो, आपल्या तलवारी यशवंतमाचीकडे वळल्या पाहिजेत. नेतृत्व मी स्वत: करणार. जय भवानी!'
कराकरा पावले टाकत नाईक निघून गेले.
इकडे यशवंतमाचीवर आनंदीआनंद झाला होता.
भीमा जाधव माचीचा खरा नायक ठरला होता.
राजे येसाजीरावांना शुद्ध आल्यावर त्यांनी भीमाला बोलावून घेतले.
सारा दरबार भीमावर कौतुकाचा वर्षाव करू लागला.
राजे बोलले, 'भीमा, आज तुझ्या पराक्रमामुळे यशवंतमाचीची अब्रू वाचली.
डोंगराएवढे उपकार आहेत तुझे माझ्यावर. काय देऊ तुला?'
भीमा धीरगंभीरपणे तसाच उभा राहिला.
राजे मोठ्या आवाजात गर्जले, 'आजपासून मी शिर्क्यांच्या सेनेचे सेनापती पद भीमाला बहाल करत आहे.'
हे ऐकताच सारी यशवंतमाची भीमावर फुले टाकू लागली.
'बोल भीमा, अजून काय हवे तुला?'
भीमा पुढे आला.
राजे येसाजीरावांना मुजरा केला व बोलू लागला,
'राजे तारुण्यात पदार्पण करून प्रेम म्हणजे काय हे समजले आहे. तेव्हापासून माझ्या मनात, बुद्धीत, श्वासात एकच मुलगी आहे, सावित्री राजे, मला जर काही द्यायचेच असेल तर सावित्रीचा हात द्या. माझ्या प्राणापेक्षा जास्त मी तिला जपीन,'
हे ऐकताच वरच्या मजल्यावर स्त्रियांच्यात उभ्या असलेल्या सावित्रीच्या हृदयाचे ठोके वाढले. डोळ्यांत आग उतरली. ती संतापून भीमाकडे पाहू लागली.
दुसऱ्या क्षणांत ती तिथून निघून गेली.
राजे येसाजीरावांना भीमाला काय उत्तर द्यावे समजेना.
ते बोलल, 'भीमा, मी स्वत: जातीने साऊबरोबर चर्चा करून उद्या तुला होकार-

नकार सांगीन. तुझ्यासारख्या वीरांच्या हाती माझी मुलगी देणे मी भाग्याचे समजतो,' असे म्हणताच सारा दरबार टाळ्या वाजवू लागला. जनतेचा कौल भीमाच्या बाजूने होता.

दरबार बरखास्त झाला आणि भीमा तालमीत आला. खंडेरायाला मिठी मारून भीमा बोलू लागला. 'खंडोजी, आज केवळ तुमच्यामुळे या भीमाचे स्वप्न पूर्ण होत आहे.

माझी गेलेली इज्जत तुम्हीच मला परत मिळवून दिली. कसे आभार मानू तुझे, मला समजेना.'

हे ऐकताच खंडोजीला युद्धाच्या वेळेचा प्रसंग समोर दिसू लागला.

वस्तादकाका घाईने निघून गेले. यशवंतमाचीची पूर्व वेस मराठ्यांनी जिंकली. मराठ्यांची शूरता फक्त खंडोजीलाच माहिती होती; पण काही करून ही गूढ वही सुरक्षित रहावी, म्हणून त्याने यशवंतमाची बाहेरच्या डोंगरातील गुप्त गुहेत ती लपवली. पुन्हा तो यशवंतमाचीत आला तर राजे येसाजीराव जखमी झाले होते. यशवंतमाची हरू लागली होती.

खंडोजीने साऊला भेटायला थेट वाडा गाठला व वस्तुस्थिती सांगितली. अश्रूंनी भरलेल्या नेत्रांनी साऊ बोलली, 'खंडोजीराव, मला माझे राज्य आणि वडिलांचा प्राण गमावून स्वतःचा संसार थाटायचा नाही.

एकतर मला तुमच्या तलवारीने मारून टाका. नाहीतर माझ्या वडिलांचे प्राण वाचवा.' आणि हुंदके देत ती रडू लागली. तो पोलादी पुरुष साऊच्या प्रेमाने विरघळला. तडक तालमीत येऊन तिथल्या शे-दोनशे पहिलवानांना त्याने जागे केले. तो बोलू लागला.'

'अरे मर्दांनो, ज्याच्या जिवावर आजवर दूध, तूप खाऊन पैलवान झालात तो तुमचा धनी तिथे बेशुद्ध पडला आहे. ज्या मातीत कुस्ती खेळाला ती माती धोक्यात आहे. भीमा सारखा भीमकाय मल्ल इथे असताना राजे येसाजीराव स्वत: युद्ध खेळतात हे बरे नव्हे. चला उचला समशेर आणि गाजवा मर्दुमकी जिंकलात तर नाव होईल, हारलात तर अमर व्हाल. भीमा तू स्वत: नेतृत्व कर आमचे.' खंडोजीचं बोलणं ऐकून शे-दोनशे पहिलवान चवताळून मराठ्यांच्या फौजेवर तुटून पडले. स्वत: खंडेराय पण होता त्यात, ज्याच्या सोबत तलवार चालवायला शिकला तीच तलवार आपल्या बंधूंच्या पोटातून आरपार करताना त्याचे काळीज तुटत होते; पण सवित्रीचा विरह यापेक्षा जीवघेणा होता, म्हणून तो अख्खे घोडे उचलून फेकून देऊ लागला होता.

भरल्या नेत्रांनी खंडेरायला सारे आठवले.

२५

एव्हाना दिवस उजाडला होता.
सकाळची कोवळी सूर्यकिरणे घनदाट धुक्याला जाळत वातावरणात ऊब निर्माण करत होती.
सखारामच्या मुखावर ती किरणं पडल्यामुळे त्याला जाग आली.
सूर्यनारायणाच्या झिलमिल किरणांत समोरच खंडोजी बसला होता. सूर्य त्राटक लावल्यागत.
त्याच्या डोळ्यांतून घळाघळा अश्रू येत होते.
सखाराम दचकून जागा झाला. साथीदारांना जागे केले.
आसपास केवळ माळरान होते. ते जिथे झोपले होते तिथे केवळ सपाट खडक होता.
सखाराम व त्याच्या साथीदारांना काहीच समजत नव्हते. रात्री सावित्रीसमोर व शिर्क्यांच्या छावणीत बसून खंडोजी व सवित्रीचा भूतकाळ ऐकत कधी डोळा लागला समजला नाही. जाग आली या पठारावर समोर खंडोजीला पाहून, तर त्याहून अधिक धक्का बसला.
सूर्याकडे पाहत बसलेल्या खंडोजीला मोठ्या आवाजात सखाराम बोलला,
'तुम्ही कधी उगवला खंडोजीराव?'
सखारामच्या बोलण्याने भानावर आलेल्या खंडोजीने सावध होत आपले अश्रूंनी डबडबले डोळे पुसले व चौघांकडे पाहून बोलू लागला,
'मी?
हे काय तुम्ही उठायच्या अगोदर इथे येऊन बसलो.'
'आणि रात्री अचानक कुठे गायब झाला होता तुम्ही?
रात्री आम्ही राजे शिर्क्यांच्या छावणीत होतो आणि आत्ता इथे कसे काय आलो?' सखाराम बोलला.
'अहो, रात्री हेरगिरी करावी लागते. मी शिवरायांचा निष्ठावान गुप्तहेर आहे.

असते न सांगण्यासारखी कामगिरी.
तुम्ही गाढ झोपेत होता. शिर्क्यांची छावणी इथून दूर गेली. मला भेटले ते सारे. तुमची झोपमोड करणे त्यांना ठीक वाटले नाही.
सावित्री व मी उद्या भेटणार आहोत. त्याअगोदर तुम्हाला वस्ताद काकांच्याकडे घेऊन जातो. म्हणजे तुमचे काम मार्गी लागेल. मी सवित्रीसह आमच्या मार्गाने जाईन,'
खंडोजीच्या स्पष्टीकरणाने सखारामची शंका दूर झाली.
आसपासच्या परिसरातसुद्धा रात्रीच्या छावणीच्या खुणा स्पष्ट दिसत होत्या.
समोरच शिदोरी पाहून सखाराम बोलला,
'हे जेवण तुम्ही आणलं काय खंडोजीराव?'
'नाही. हे सावित्रीने तुमच्यासाठी ठेवले आहे. दोन घास खाऊन घ्या. आपण पुढचा प्रवास करू.'
जेवणाकडे पाहताच चौघांचेही चेहरे खुलले.
पोटात थोडी भर गेल्याने सखाराम व त्याचे सोबती तरतरीत झाले, सुखावले.
खंडोजी बोलला, 'गड्यांनो, आज फक्त एक दिवस. आज मी तुम्हाला वस्तादकाकांच्या सुपूर्द करतो. तुम्ही उद्याच राजश्री शिवाजीराजांच्या खासगी विभागात पोहोचते व्हाल. तुमची समस्या कायमची मिटेल. फक्त रात्र होण्याच्या आधी आपल्याला त्या गुप्तवाटेने जंगलात केवळ मला व काकांना माहिती असलेल्या गुहेत पोहचायचे आहे.'
खंडोजीच्या बोलण्याने चौघे अजून आनंदी झाले.
ते पाचही जण चालू लागले.
धाडस करून सखाराम बोलला,
'खंडोजीराव, रात्री सावित्री बाईसाहेब बोलत होत्या तुम्ही शिवाजीराजांशी गद्दारी केली, असे बहिर्जी नाईकांचे मत झाले होते. ती कथा ऐकता ऐकता झोप आली. तुम्हाला राग येणार नसेल तर ती कथा पुढे सांगशीला का?'
एक दीर्घ श्वास घेऊन खंडेराय म्हणाला,
'राग?
कसला राग गड्यांनो? आता खंडोजीच्या आयुष्यात मानवी रुसवेफुगवे उरलेच नाहीत. आता जगतोय ते केवळ उपकारासाठी, '
असे बोलून खंडोजी त्याचा भूतकाळ पुन्हा कथन करू लागला.
यशवंतमाची.
राजे येसाजीराव शिर्क्यांच्या तालमीत रात्रभर विचारात मग्न असलेल्या खंडोजीला काहीच सुचत नव्हते. भीमाला लढायला उद्युक्त करून आपण चूक केली असे

त्याला वाटत होते.

एक तर स्वराज्याशी हरामखोरी आणि सवित्रीचा विरह दोन्ही गोष्टी त्याला सतावत होत्या.

डोळ्यांतून पश्चात्तापाचे अश्रू ओघळत होते.

सूर्यराव बेरड आपल्या नेकजात इमानदार कडव्या फौजेला घेऊन यशवंतमाची शेजारच्या डोंगरदरीत लपला होता.

त्यांच्यावर कोणी हल्ला चढवला याचे रहस्य मात्र त्याला उलगडत नव्हते.

इकडे बाजिंद व त्याच्या फौजेला सूर्यरावाला शोधून मारल्याशिवाय चैन पडणार नव्हतं. 'बाजिंद'चे गूढ दुसऱ्या व्यक्तीला समजले, की शंभर वर्षांच्या तपस्येची राखरांगोळी होणार हे मात्र नक्की.

दुसरीकडे वस्तादकाकांनी यशवंतमाची उद्याच्या उद्या स्वराज्यात आणण्यासाठी मावळ्यांच्या प्रमुख शिलेदारांची बैठक बोलावली. ते मोठ्या आवेशाने बोलू लागले,

'गड्यांनो, उद्या जर यशवंतमाचीवर भगवा नाही फडकला तर सारी मराठेशाही शेण घालेल तोंडात आपल्या. यशवंतमाचीवर हल्ला चढवायला आपली फौज अपुरी आहे; पण ज्यादा कुमक यायला खूप वेळ जाईल. त्यापेक्षा एक युद्धनीती वापरायची आहे.

शत्रूचा शत्रू तो आपला मित्र. हाकेच्या अंतरावर सूर्यराव बेरडांची फौज आहे. त्यांचा पण यशवंतमाची बरोबर जुना बदला आहे, याचा फायदा उठवत त्यांना सोबत घेऊ या. यशवंतमाचीच्या हद्दीत असल्याने जंगलवाटा त्यांना चांगल्याच ठाऊक आहेत.

गड्यांनो, तयारीला लागा.

वस्तादकाकांचा आदेश मिळताच हजार एक मावळ्यांचे पथक क्षणात तयार झाले.

केवळ पायी हल्ला चढवायचा असल्याने पायीच यशवंतमाचीकडे कूच करावे लागणार होते.

वस्तादकाकांनी फौजेचे दोन भाग केले.

यशवंतमाचीच्या पाठीमागून अर्धी सेना जाऊन रात्रीच्या अंधारात दबा धरून बसेल, इशारतीची खूण मिळताच वाऱ्याच्या वेगाने यशवंतमाचीवर मागून हल्ला चढवायचा, उर्वरित सेना घेऊन सूर्यराव बेरडला गाठून मदतीची विनंती करून समोरून हल्ला करायचा.

बस्स! अशी चोख योजना आखून पुढच्याच क्षणात सारी सेना वाटेला लागली. प्रत्येक मावळा शिस्तबद्ध होता.

शिस्त हा शिवरायांच्या फौजेचा आत्मा होता.
दरम्यान, बाजिंदच्या सेनेने प्रयत्नांची पराकाष्ठा करूनही सूर्यराव सापडत नसल्याने, बाजिंदने अर्ध्या धारकऱ्यांना चंद्रगडकडे जाण्याची आज्ञा केली व पाचपन्नास धारकरी सोबत ठेवून त्याने सूर्यरावाला शोधून काढण्यासाठी आपल्याजवळ असलेल्या गूढ विद्येचा वापर करून माकडे, घारी-गिधाडे, किड्या-मुंग्यांना सांकेतिक आवाज काढून बोलावण्याचा निर्णय घेतला.
बाजिंदने एकाग्र ध्यान करून आत्मसात केलेल्या गूढ ज्ञानाने सांकेतिक आवाज आसपासच्या वातावरणात सोडले.
कीटक, मुंगी, घार, गिधाड यांच्याशी त्यांच्या भाषेत बोलून त्यांना आपले कार्य करायला लावणारे गूढ ज्ञान. खरोखर विलक्षण होते सर्व काही.
बघता बघता जंगलातील अणूरेणू शहारले आणि मुंग्या, घारी, गिधाडांची गर्दी बाजिंदच्या भोवताली जमली.
एक विलक्षण हास्य त्याच्या चेहऱ्यावर दिसत होते. जणू सृष्टीच्या एका अशक्य भागाचे स्वामित्व त्याच्याकडे असावे, असे हास्य होते ते.
त्याने त्या गूढ व विचित्र आवाजात सभोवतालच्या प्राण्यांना संदेश देणे सुरू केले.
सूर्यराव बेरड कुठे लपला आहे? त्याच्याकडे किती लोक आहेत? त्याच्याकडे लवकर पोहोण्याचा मार्ग काय? त्यांना आहे तिथे थोपवण्यासाठी मुंग्यांनी हल्ला चढवावा. बदल्यात सर्व प्राण्यांना ताज्या मांसाची मेजवानी मिळेल, असेही त्याने सांगून टाकले.
त्याच्या त्या आदेशाने सर्व प्राणी त्वरित कामाला लागले. जिथे सूर्यराव यशवंतमाचीवर हल्ला करायचे नियोजन करत लपला होता, तिथे पोहोचले.
त्या अगोदर वस्तादकाकांच्या हेरांनी बातमी आणली, की सूर्यराव बेरड कुठे लपला आहे. टाकोटाक वस्तादकाका व धारकरी हाती पांढरे निशाण घेऊन सूर्यरावाच्या गुप्त जागेशी पोहोचले. शिंग-तुताऱ्या फुंकून सूर्यरावाला खूण सांगू लागले.
शिवरायांची फौज?
नुकत्याच बाजिंदच्या आकस्मिक हल्ल्यातून वाचून गुप्त जागेत पुढे नियोजन करत बसलेल्या सूर्यरावाला शिवरायांच्या खुणेची चाहूल लागली. त्याने त्वरित निशाणबारदार पाठवून कोण, कुठून, कशासाठी आले आहे, ही बातमी काढली.
'बहिर्जी नाईकांची खास फौज वस्तादकाकांसह चर्चेसाठी सूर्यराव बेरड यांना भेटायला आली आहे,'
निरोप मिळाला.

मोठ्या इतमामाने सर्वांचे स्वागत झाले.
इकडचे तिकडचे विषय संपवत काकांनी मूळ मुद्द्याला हात घातला.
'आमच्या एक हजार फौजेंसोबत जर तुमची हजार पाचशे फौज मिळाली तर यशवंतमाची सहज पडेल.
उद्या सकाळी हिंदवी स्वराज्याचा भगवा झेंडा माचीवर फडकला तर तुम्हाला त्याचे सरदार नेमू, हा शब्द आहे आमचा.'
हे ऐकून सूर्यरावाच्या चेहऱ्यावर हास्य उमलले व तो बोलू लागला,
'काका, मला आपला कौल बिलकुल स्वीकार आहे; पण यशवंतमाचीचा पाडाव करणे इतकी सोपी गोष्ट नाही.
शेकडो चोरवाटा, निष्ठावान पहिलवानांची फौज यासह अजून एक खास गोष्ट त्यांच्या ताफ्यात नुकतीच सामील झाली आहे, ती म्हणजे तुमचे गुप्तहेर म्हणून माचीत शिरलेल्या खंडूकडे प्राण्यांचे गूढ आवाज व त्यांना आपल्यासारखे काम करायला लावणारे विलक्षण ज्ञान लिहिलेली वही आहे. आता आधीच बिकट असलेली माची अजून बिकट झाली आहे.'
हे ऐकताच काकांना खंडूने बोललेले शब्द खरे वाटू लागले; पण ती वही केवळ बहिर्जीला देईन, असे त्याचे वचन पण आठवले. ज्या खंडोजीला मी ओळखतो तो प्राण देईन, पण वचन तोडणार नव्हता; पण आता काय होते? स्वतःच्या बांधवांच्या खांद्याला खांदा लावून शिकला, त्यांचे गळे चिरायला ज्याला काही वाटत नव्हते तो स्वराज्याशी हरामखोरी करायला मागे-पुढे पाहणार नाही, याची खंत काकांना होती. दीर्घ श्वास घेऊन ते बोलले,
'सूर्यराव यावर दुसरा पर्याय?'
सूर्यराव उत्तरला,
'यावर पर्याय एकच. माचीच्या आतून कोणी जर गुप्तवाट दाखवली तर माची संपली म्हणून समजा.'
हा विषय सुरू असताना आभाळात घारी, गिधाडांची गर्दी झाली. आसपास मुंग्यांची दाटी झाली पुढच्याच क्षणी सर्व फौजेला मुंग्यांचे तिखट डंख बसू लागले. सर्वच्या सर्व अंग झाडून धावू लागले. एकेकाला पन्नास पन्नास मुंग्या. सर्वजण ती जागा सोडून धावत पठारी भागात आले व त्या मुंग्यांपासून सुटका करून घेऊ लागले.
दुसऱ्याच क्षणी घारी, गिधाडांनी वस्तादकाका व सूर्यराव यांच्यात झालेली बातचीत व सूर्यरावचे ठिकाण बाजिंदला सांगितले.
क्षणात बाजिंदने सोबतच्या धारकऱ्यांना तयारीचे आदेश दिले. तो वीरांचा लोंढा पुन्हा सूर्यरावावर पडणार होता; पण आता अजून एक शत्रू वाढला होता,

वस्तादकाका.

पण असो. बाजिंदच्या गुप्ततेशिवाय जगात काहीं महत्त्वाचे नाही. 'चला रे, तलवार उचलणारे हात धडापासून वेगळे झाले पाहिजेत.' त्यांच्यासोबत जंगलातील साप, विंचू, अजगर, वाघ, सिंह, हत्तींचे कळप चवताळून, बेताल ओरडत, किंचाळत धावू लागले. असे वाटत होते, की आता जो कोणी आडवा येईल त्याचे तुकडे पण दिसणार नाहीत.

इकडे यशवंतमाची अजूनही विजयाच्या धुंदीत होती.

वास्तविक, शत्रू पुन्हा येईल म्हणून योजना करायच्या सोडून भीमा स्वतःच्या लग्नाची स्वप्ने पाहत होता.

सकाळीच तो राजांना भेटायला गेला होता. समोर राजकुमारी सावित्री पण होती.

भीमाला पाहून राजे बोलले,

'भीमा, तू यशवंतमाचीची अब्रू, मान काल राखलास.

प्रत्यक्ष शिवाजीराजांच्या सेनेला पराभूत करणे म्हणजे आदिलशाही दरबारी मानाची गोष्ट; पण तुझी सावित्रीची अट मला मान्य नाही. मला माफ कर. सावित्रीला सूर्यराव बेरडाच्या हल्ल्यातून वाचवणारा खंडेराय हा तिने पती म्हणून स्वीकारला आहे.'

हे ऐकताच भीमा संतापला. 'काय? खंडेराय?'

'राजे, जिवावर उदार होऊन केवळ सावित्रीसाठी मी लढलो. आजवर फक्त तिच्यासाठी जगलो.

नाही. मी लग्न करेन तर सावित्रीशी. भलेही मला खंडेरायाचा खून करायला का लागू नये,' असे बोलून त्याने समशेर उचलली आणि खंडेरायाला गाठून मारायच्या उद्देशाने तो तरातरा तालमीकडे निघाला.

'सावित्री फक्त माझी आहे' अशा त्याच्या आरोळ्यांनी सारी माची तालमीजवळ येऊन पोहोचली.

धाडदिशी त्याने तालमीच्या दरवाजाला लाथ मारली आणि तो आत गेला.

राजे व साऊसोबत यशवंतमाचीचे हजारो नागरिक धावत तालमीजवळ आले.

आता भीमा खंडेरायाला जीवे मारणार, ते तालमीच्या दरवाज्यातून आत शिरणार इतक्यात त्या दरवाजावरून एकाच वेळी तीन-चार पहिलवान धाडकन बाहेर फेकले गेले. आपल्या प्रचंड हातात भीमाला अंतराळी उचलून खुद्द खंडेराय तालमीतून बाहेर आला. त्याला सावित्रीच्या पायापाशी आदळून त्याच्या छातीवर पाय ठेवून बोलू लागला,

'सावित्री, सावित्री तुझी नव्हे. जन्मोजन्मी फक्त या खंडेरायाची आहे. तिच्यासाठी मी माझ्या देवाला विसरेन एकवेळ. हरामखोर कुत्र्या,'

असे म्हणत त्याने तलवार त्याच्या छातीवर रोखली; पण त्वरित साऊ पुढे होत म्हणाली, 'नको खंडोजीराव, याला प्राणदान द्या.

याने माची वाचवून उपकार केलेत सर्वांवर. याला प्राणदान द्या. राहिली गोष्ट या सावित्रीची. ही साऊ फक्त आणि फक्त तुमचीच राहील,'

असे म्हणत तिने खंडेरायाला घट्ट मिठी मारली.

उपस्थित नागरिकांनी टाळ्या वाजवल्या व त्या विवाहाला जणू अप्रत्यक्ष संमती दिली.

भीमा व त्याच्या पाचपन्नास साथीदारांना यशवंतमाचीच्या फौजेने हाकलून माचीबाहेर काढले.

साऊ व खंडेरायाचे लग्न उद्याच सकाळी लावून दिले जाईल, असे राजे यशवंतरावांनी जाहीर केले.

सारी माची आनंदात होती. अपमानाचा सूड घेण्याची तीव्र इच्छा मनी बाळगून भीमा व त्याचे साथीदार मात्र माचीबाहेर पडले.

२६

वेगाने जंगलातील हिंस्त्र प्राणी, किडा, कीटक, मुंग्यांपासून ते बलाढ्य हत्तीपर्यंत सर्वच्या सर्व प्राणी बाजिंदच्या हुकमाचे 'बाजिंद' होते.
ज्यावर बाजिंदची तलवार रोखली जाईल त्याचा प्राण त्याच्या शरीरातून बाहेर काढणे हेच त्यांचे एकमेव काम होते.
वस्तादकाका व सूर्यराव बेरड यशवंतमाचीवर हल्ल्याच्या वाटाघाटीत मश्गुल होते. तेवढ्यात मुंग्यांच्या झुंडींनी चावे घेऊन त्यांना सळो की पळो केलं. कशीबशी सुटका करून घेत सारे सपाट पठारावर येताच त्यांच्या कानावर जंगली श्वापदांचे चित्रविचित्र आवाज पडू लागले. क्षणोक्षणी त्या आवाजाची भीषणता वाढू लागली.
त्या आवाजाने बेरड व काकांची तुकडी भयकंपित होऊन वर-खाली, आजूबाजूला पाहू लागली.
काही वीरांनी उसन्या अवसानाने तलवारी उपसल्या. पुढच्या क्षणी मोठमोठी झाडे उपटून समोर दिसेल ते उचलून पळत हत्तीचे कळप आले. या झाडावरून त्या झाडावर मुक्त झेपा घेत व त्याबरोबर आकाश-पाताळ दणाणून सोडणाऱ्या डरकाळ्या फोडत वाघ, सिंह दिसू लागले. सर्व प्राणी बेफाम दौडत होते. मागोमाग बाजिंदचे अश्वदल चौखूर दौडत येत होते.
ते चित्र पाहताच भल्याभल्या सुरमा वीरांची छाती कचदिल होत होती.
त्या वाघ-सिंहाच्या एका झेपेत शेकडो वीर मरू लागले. हत्ती सोंडेत धरून एका एका वीराला नारळ आपटून फोडावा तसे आपटू लागले.
केवळ मरणासन्न आर्त किंकाळ्या. यातून जे वाचत होते ते बाजिंदच्या तीरकमठ्याची शिकार बनत होते.
अशा वेळी जो तो एकच शब्द बोलत होता, 'पळा.'
सारेच पळत सुटले; पण वेळ आणि काळ याचे गुणोत्तर इतके अचूक होते, की पळणारा काही क्षणांत भक्ष्य बनत होता.

साराच गोंधळ.
वस्तादकाका व सूर्यरावाला समजेना, की काय प्रकार होत आहे. समजून घेण्याच्या अवस्थेतही नव्हते ते. कुठेतरी गुप्त जागा शोधत ते धावू लागले.
एक प्रचंड हत्ती सूर्यरावाच्या मागे लागला.
त्याने त्याच्या घोड्याचा मागचा पाय उचलून घोड्याला हवेत भिरकावले.
सूर्यराव घोड्यावरून फेकला गेला.
सूर्यरावाने तलवार उपसली आणि त्या चवताळलेल्या हत्तीच्या सोंडेवर जोरदार हल्ला केला.
सपदिशी झालेल्या वाराने हत्तीची सोंड तुटून पडली.
हत्तीच्या सोंडेतून रक्ताचा प्रवाह वाहू लागला.
हत्ती चीं चीं चीं चीं करत मागे फिरला व गिरकी घेऊन खाली कोसळला. तो जागीच गतप्राण झाला.
हत्ती मारला याचा उरात अभिमान घेऊन सूर्यराव ती रक्ताळलेली समशेर घेऊन छाती फुगवून हसू लागला.
इतक्यात,
बाजिंदच्या तिरकमठ्यातून सूर्यरावाच्या मस्तकाचा वेध घेणारा बाण सु सु सु करत आला व क्षणात सूर्यरावाचे मुंडके धडावेगळे झाले.
इतक्या वेगाने आलेल्या बाणामुळे सूर्यरावाला त्याचे शिर कधी तुटले हेच समजले नाही.
शिराशिवाय ते तलवार घेतलेले धड तसेच उभे होते.
ते दृश्य पाहून भल्याभल्यांची बोबडी वळली.
आता सर्व संपल्यात जमा होते.
बाजिंदने सूर्यरावाचा खात्मा करायची केलेली प्रतिज्ञा पूर्ण झाली.
त्याच्या मुखावर समाधान होते, की बाजिंदच्या गूढ ज्ञानाचा साक्षीदार आता संपला आहे.
वस्तादकाकांनी सूर्यरावचे शिरावेगळे धड पाहिले आणि त्यांचे क्षत्रिय रक्त उचंबळून आले.
त्यांनी दोन्ही हातांत पट्टे चढवले आणि मारू किंवा मरू अशी आरोळी ठोकली.
सुदर्शन फिरावे तसा पट्टा फिरू लागला.
जो आडवा येत होता, त्याची खांडोळी होऊ लागली.
बिथरलेली जनावरेसुद्धा त्या पट्ट्याच्या वर्तुळात जाऊ शकत नव्हती.
वस्तादकाकांच्या आक्रमणामुळे बाजिंद व काकांच्यातील अंतर कमी होऊ लागले.

आता, बाजिंदला युद्धासाठी सज्ज व्हावे लागणार होते. हातात पट्टे चढवून तो काकांना सामोरा गेला.
पट्ट्यावर पट्टे आपटून ठिणग्या पडू लागल्या. कोणी कोणाला आटपत नव्हतं; पण बाजिंदची निष्पाप श्रद्धा व तपश्चर्या नक्कीच काकांपेक्षा मोठी ठरली आणि एका वर्मी घावाने काकांचा पट्टा खोबणीतून तुटला.
संधी मिळताच काकांच्या छातीवर जोरदार लाथ घालून बाजिंद उभा राहिला. त्या लाथेने तोल जाऊन काका खाली पडले.
काका खाली पडताच आसपास उभे असणारे वाघ, सिंह, लांडगे, कोल्हे एकाच वेळी त्यांच्यावर तुटून पडले. आता आपले जीवन संपले हे जाणून डोळे घट्ट मिटत काका मृत्यूस तयार झाले.
ती जनावरे आता काकांच्यावर हल्ला चढवणार,
इतक्यात...
तोंडाला काळे अवलान बांधून पांढऱ्याशुभ्र घोड्यावर उभ्या असणाऱ्या एका धीरगंभीर योद्ध्याने जंगलाच्या पूर्वेकडून चित्रविचित्र आवाज काढून जंगलातील त्या बिथरलेल्या प्राण्यांना जागीच स्तब्ध केले. अधिक तीव्र व गूढ आवाज ऐकून ते सारे हिंस्त्र प्राणी गुमान मागे सरकू लागले.
काही क्षणांत ते सारे प्राणी दाट जंगलात निघून गेले.
हे सारे दृश्य बाजिंद पाहत होता.
कोण?
जो बाजिंदच्या गूढ विद्येचा जाणकार आहे.
जो मला माहिती नाही; पण बाजिंदची ती गूढ विद्या जाणतो.
बाजिंदने हातातील पट्टे खाली टाकले आणि त्याच गूढ भाषेत केवळ त्या योद्ध्याला समजेल असे विचारले,
'अरे, महान योद्ध्या,
तू कोण आणि काय तुझे नाव, गाव.
तुला हे बाजिंदचे अती पवित्र ज्ञान कसे माहिती, जरा मला सांग कृपा करून.'
त्याच्या प्रश्नावर त्या योद्ध्याने त्याच भाषेत उत्तर दिले.
'मी कोण हे तुला सांगायची गरज नाही आणि तू जसे म्हणतोस, की हे ज्ञान बाजिंदचे आहे. तर तुझ्या माहितीसाठी सांगतो, मला कुठल्या बाजिंदने ही भाषा शिकवली नाही. ही भाषा मला शिकवली आहे ते माझ्या आत लपलेल्या योद्ध्याने. माझ्या प्राणप्रिय ध्येयाने. या भाषेचा उगमच जर विचारशील तर ऐक, अशा अनेक भाषा, विद्या ज्या महान पुरुषापुढे थिट्या पडतील असा पुरुष आहे राजा शिवछत्रपती,

राजा शिवछत्रपती.

शिवाजी महाराजांच्या नावाच्या उच्चाराने देखील खंडोजीच्या अंगावर काटे उभारले, डोळ्यांत पाणी तरळलं.

एकाग्र मनाने सखाराम व त्याचे सवंगडी ती कथा ऐकत होते.

भरल्या डोळ्यांनी ती कथा सांगत खंडोजी रडू लागला होता.

काही क्षणात तो सावरला. सावध झाला.

सखाराम बोलला,

'खंडोजीराव, ज्या गूढ ज्ञानापायी तुम्ही सारं रामायण केलं, ते गूढ ज्ञान बाजिंद व्यतिरिक्त कुठल्या योद्ध्याला माहिती होतं.

कोण असा योद्धा होता जो वस्तादकाकांना वाचवायला एवढ्या जंगलात आला होता, ज्याला पण बाजिंदसारखी जनावरं बिथरून टाकायची कला माहिती व्हती?'

खंडोजी शांतपणे सखारामकडे पाहून हसू लागला.

'योद्धा? मी सांगतोय ना पहिल्यापासनं अरे त्यो योद्धा नव्हता, ना शिपाई होता, ना देव होता, ना राक्षस होता, तो साधा माणूसच होता रं. फक्त त्याचा देव शिवाजी होता. त्या देवासाठीच त्यानं सारं आयुष्य ओवाळून टाकलं होतं. ते होते खुद्द बहिर्जी नाईक!'

२७

सखाराम आणि त्याचे सवंगडी स्तब्ध झाले.

गेले दोन-चार दिस या खंडोजी आणि सावित्रीच्या तोंडून जे काही ऐकत आलो आहोत, त्याचे उद्यापन म्हणजे बहिर्जी नाईक असे त्यांना वाटू लागले होते.

चौघांची डोकी सुन्न झाली होती.

त्या माणसानं हिंदवी स्वराज्याची धुरा स्वतःच्या खांद्यावर पेलली; पण कुठेही नाव प्रसिद्ध केले नाही.

काय विलक्षण माणूस असेल हा बहिर्जी!

खंडोजी बोलू लागला,

'लय अजब रसायन आहे बहिर्जी नाईक म्हणजे.

दहा-दहा दिस अन्नपाण्याशिवाय राहतो, तर महिना महिनाभर एकाच झाडावर दबा धरून बसतो.

धावायला लागला तर वाऱ्याच्या कानफाटीत मारल्यासारखे धावतो. पुराच्या डोहात खुशाल उडी मारतो.

तलवार, भाला, फरीगगदा, पट्टा, विटा, धनुष्य असे काही चालवतो, की समोर महासागर येऊ दे शत्रूचा!

शत्रूच्या राणीवशात जाऊन राहू शकतो, तर खुद्द औरंगाजेबाच्या दरबारात जाऊन त्यालाच कव्वाली ऐकवून बक्षीस घेऊन येऊ शकतो.

माणूस म्हणाल तर एकही माणसाचा गुण नाही. जनावर म्हणाल तर दिसतो माणसासारखा.

मोठमोठ्या गोष्टींत अचूक निर्णय, सावध नियोजन आणि स्वतःच्या देखरेखीखाली प्रत्यक्ष घोडदौड.

खरं सांगतो गड्यांनो, हा बहिर्जी नाईक जणू शिवरायांचा तिसरा डोळाच आहे आणि शिवराय त्याला इतके मानतात, की महाराजांच्या राणीवशात एकमेव जिजाऊ माँसाहेब सोडून कोणी विनापरवाना जाऊ शकत असतील ते म्हणजे

बहिर्जी नाईक.

गड्यांनो, महाराजांचा नाईकांच्यावर इतका विश्वास, की हा माणूस चुकूनसुद्धा चूक करू शकणार नाही इतका दृढ विश्वास!

पाचही पातशाह्यांना रणांगणात चारी मुंड्या चित करून जेव्हा महाराज राज्याभिषिक्त झाले, तेव्हासुद्धा बहिर्जी नाईक समोर आले नव्हते. इतकी गुप्तता पाळत होते नाईक.

महाराजांचा अभिषेक सुरू होता. महाराज मुक्त हस्ताने गरीब फकिरांना ओंजळ भरभरून द्रव्य दान करत होते. एक म्हातारा फकीर त्या रांगेत उभा होता. जख्ख म्हातारा हुंदके देऊन रडतही होता आणि डोळे भरून महाराजांना पाहतही होता. महाराजांनी जेव्हा त्या फकिराला पाहिले तेव्हा महाराजांच्या अश्रूंचा बांध फुटला.

ओठावर मिश्या नव्हत्या तेव्हापासून बहिर्जीने आणि मी हिंदवी स्वराज्याचे स्वप्न पाहिले. आज मराठेशाही स्थापन होत आहे. राज्य आनंदात आहे; मात्र ज्याने आजवर सारी संकटे आपल्या छातीवर झेलली तो बहिर्जी फकीर होऊन याचकांच्या रांगेत उभा आहे.

काय बोलावे या प्रकाराला? कसली वेडी माणसं आहेत ही?

एका मंदिराला फरशी दान दिली, की साऱ्या घराण्याची नावे टाकणारे तुम्ही-आम्ही त्या बहिर्जी नाईकांच्या काळजाला कधी समजू शकू का?

त्याच्या बायकोलासुद्धा अगदी शेवटपर्यंत माहिती नव्हते, की ज्याच्यासोबत मी सात जन्मांचे बंधन बांधले आहे, तो खुद्द स्वराज्याचा गुप्तहेर प्रमुख बहिर्जी नाईक आहे. इतकी कमालीची गुप्तता.

आणि एवढा विलक्षण त्याग करून राजे त्यांना देत काय होते हो?

काहीच नाही. उलट प्रत्येक मोहिमेत जिवाचा प्रश्न. माघारी येण्याची शाश्वती नव्हती.

ही वेडी, खुळी माणसे अशी का जगली असतील?

बस्स! एवढ्या एका प्रश्नाचे उत्तर ज्याला समजून येईल त्याच्या आयुष्याचं सोनं झाल्याशिवाय राहणार नाही.

ज्याच्या खांद्याला खांदा लावून हे सारे ज्याने भोगले होते त्या खंडोजीला मात्र समजून पण उमजत नव्हते.

यशवंतमाची अजूनही मराठ्यांशी वैर घेऊन दिमाखात मिरवत होती आणि त्याच माचीच्या राजकुमारी बरोबर विवाहाच्या बोहल्यावर खंडोजी चढला.

सारी यशवंतमाची आनंदात होती.

सर्वजण लग्न मंडपात जमा झाले.

राजकुमारी सावित्री मनस्वी आनंदी होती.
खंडोजीचे स्वप्न पूर्ण होत होते.
अंतरपाट धरुन पंडितजी मन्त्र म्हणू लागले.
देवा ब्राम्हणांच्या साक्षीने खंडोजी व सावित्री कायमचे एक होणार होते!
सारा आनंदी आनंद होता!
पण, इकडे समोर उभ्या असलेल्या बहिर्जी नाईकांना पाहून मात्र बाजिंदचे भान हरपले होते.
ज्याच्या केवळ गोष्टी ऐकून रक्त उसळते, असा महान गुप्तहेर साक्षात् आपल्यासमोर उभा आहे, ही कल्पनाच त्याला आनंदित करत होती.
बाजिंद व त्याची सेना तलवार दोन्ही हातात आडवी धरुन गुडघ्यावर बसली व मान खाली घेत बहिर्जी नाईकांना शरण गेली.
नाईक पाय उतार झाले. तोंडाला बांधलेले काळे अवलान त्यांनी सोडले, धीरगंभीर पाऊले टाकत बाजिंदजवळ आले व दोन्ही खान्दे धरुन त्याला उठवत म्हणाले,
'बाजिंद तुमच्या शौर्याच्या कथा मी जाणून आहे.
कोणापुढे तुम्ही झुकणे हे तुम्हास शोभा देत नाही. उठा?
बाजिंद उत्तरला, 'नाईक तुम्ही कोण आणी काय आहात हे केवळ आम्ही जाणू शकतो, इतर कोणीही नाही.
केवळ आपली भेट घडावी यासाठी आपल्या खंडोजीला आम्ही चंद्रगडला बोलवून घेतले व आमच्या पूर्वजांची व प्राण्यांचे अद्भुत आवाज ओळखण्याचे विज्ञान लिहिलेली वही तुमच्या कार्यासाठी दिली.'
बहिर्जी हसले. ते मोठ्या विलक्षण पोटतिडकीने बोलू लागले.
'गूढ ज्ञान आणि स्वराज्य!
माफ करा बाजिंद. शिवरायांच्या हिंदवी स्वराज्याला आजवर ना कोणत्या गूढ ज्ञानाची गरज भासली होती ना इथून पुढे भासेल. अहो साडे तिनशे वर्षं महाराष्ट्र गुलामगिरीत धडपड करत होता.
जुलमी अगंतुकांनी महाराष्ट्राची मसनवाट करुन टाकली असताना आमच्या शिवाजी राजांनी साधारण माणसाना घेऊन असामान्य इतिहास निर्माण केला. गुलामगिरी मातीत घालून स्वाभिमानाचे, भगव्या झेंड्याचे राज्य आणले ते केवळ मृतवत अंत:करणात स्वाभिमान जागृत करुन. लाथ घालाल तिथे पाणी काढाल ही भावना आमच्यात जागवून आमची मने मोठमोठी महायुद्धे जिंकायला तयार केली ती केवळ महाराजांनी. अशी कणखर मने साक्षात कळीकाळाच्या सुद्धा हाका ऐकू शकतात तिथे जनावरांची भाषा जाणणे ही तर फार किरकोळ गोष्ट

आहे गड्यांनो. तुम्हाला जर शिकायचेच असतील ते देव, देश आणि धर्मासाठी हसत हसत मारु आणि मरु शकणारे शिवाजी शिकायला हवेत!'

बहिर्जी बेभान होऊन बोलत होते आणि बाजिंद सर्वांगाचे कान करुन ऐकत होता.

आत्तापर्यंत 'बाजिंद' हे जगातील सवांत श्रेष्ठ ज्ञान समजत असलेल्या बाजिंदला बहिर्जी नाईकांच्या तोंडून ब्रह्मज्ञान ऐकायला मिळत होते;

पण चंद्रगडची गुप्तता आसेतू हिमाचल अबाधित राखणे हे बाजिंदचे कर्तव्य होते.

नाईकांच्या हाकेला कधीही धावून येऊ, असे आश्वासन देऊन बाजिंदने बहिर्जी नाईकांची रजा घेतली व टाकोटाक तिथून चंद्रगडच्या रस्त्याला तो लागला.

नाईक मागे फिरले. आता त्यांची चवताळलेली नजर वळली ते यशवंतमाचीकडे!

दरम्यान, राजे येसाजीरावांच्या व सावित्रीने केलेल्या अपमानाचा बदला घेण्यासाठी भीमा जाधव व त्याचे सहकारी यशवंतमाचीच्या जंगलात फिरताना मराठ्यांच्या हाती लागले.

वस्तादकाकांनी ते कोण कुठले याची खडा न् खडा माहिती काढली. एका शत्रूचा शत्रू जर आपल्याला मिळाला तर तो मित्र होतो.

जर भीमाने यशवंतमाचीकडे जाणाऱ्या गुप्तवाटेने नेले तर यशवंतमाचीची जहागिरी त्याला देऊ, असे काकांनी भीमाला कबूल केले.

सुडाने चवताळलेल्या भीमाने हा कौल त्वरित स्वीकारला.

आणि भीमाने यशवंतमाचीकडे जाणारी गुप्त वाट मराठ्यांच्या फौजेला दाखवून दिली.

इकडे यशवंतमाचीत साऊ आणि खंडोजीचे विधिवत लग्न पार पडले होते.

आता एका उंच डोंगराच्या पायथ्याला खंडोजी व ते चौघे थांबले.

दम खात खंडोजी बोलला,

'बरं मंडळी. रामराम घ्या आमचा.

वर डोंगरावर एक मंदिर हाय. तिथं जो कोणी आसंल त्याला 'उंबराचं फूल' ह्यो सांकेतिक परवलीचा शबुद सांगा. त्यो तुम्हांस्नी म्होरं वस्तादकाकांकडं घेऊन जाईल. त्यांना सांगा तुमची अडचण. ते महाराजांच्या कानी त्वरित घालतील तुमची व्यथा; पर एका गोष्टीचं भान पाळा. चुकून बी मी तुम्हाला हितवर आणलंय सांगू नगासा.

जातो म्या!

परत भेट होईल असं वाटत नाय. लय कामं पडली हायती स्वराज्याची. माझी

आणि तुमची साथ आता हितवरच.'

सखाराम आश्चर्याने बोलला, 'अहो खंडोजीराव, आसं का बोलताय?
खंडोबाच्या आशीर्वादानं जणू तुम्हास्नी आम्हा गरिबांच्या मदतीला धाडलंय.
तुमची कथा ऐकून रगात उसळतया गड्या. लय लय भोगलया तुम्ही
खंडोजीराव. पुढं काय झालं हे तर सांगा, अन् मग जावा.'

खंडोजी हसत बोलला, 'नाही सखाराम, सूर्य मावळला की मला जावे लागते रे.
आणि आजची ही माझी शेवटची रात्र. तुम्ही बिगीनं वर जावा. तुमचा गाव
कायमचा सुखी व्हणार.'

डोळ्यांत आलेले अश्रू पुसत खंडोजी तरातरा जंगलात शिरला. त्याच्या त्या
अधीर शब्दांत एक प्रकारची उदासीनता जाणवली. सखारामला का कोणास
ठाऊक असे वाटू लागले, की जणू कोणीतरी जिवलग त्याला सोडून जात
आहे.

२८

खंडोजी नजरेआड झाला आणि ढगातून सहस्र जलधारा पृथ्वीवर कोसळू लागल्या.

पावसाचे पडणारे थेंब सखाराम, सर्जा, नारायण व मल्हारीला भिजवू लागले; पण आता शरीर भिजले तरी त्याचे काहीच चौघांना वाटत नव्हते. खंडोजीच्या मुखातून रायगडच्या जंगलात घडलेल्या एका अद्भुत अध्यायाचे श्रवण करून ते चौघेही आकंठ त्यांच्या भूतकाळात भिजून गेले होते.

गारठा वाढू लागला. ते चौघेही डोंगराच्या चढणीला लागले.

कोणी कोणाबरोबर बोलत नव्हते. नि:शब्द शांततेत वाटचाल सुरू होती. वरून कोसळणाऱ्या सरी, चढणीने लागलेला दम व त्यामुळे होणारा जड श्वासोच्छ्वास तेवढा ऐकू येत होता.

सखाराम विचार करत होता, की काय अद्भुत कथानक घडले खंडोजीच्या आयुष्यात!

ज्या प्रेमामुळे त्याने कर्तव्यात कसूर केली त्या प्रेमापायी किती भयानक संकटे आली. ज्या बाजिंदच्या गूढ ज्ञानाचे आम्हीही दिवाणे झालो होतो ते ज्ञान तर बहिर्जी नाईकांच्या पुढे काहीच नाही. असे बहिर्जी नाईक ज्या शिवाजी महाराजांसाठी जीवनसुद्धा ओवाळून टाकत आहेत, ते शिवाजी महाराज कसले असतील? सखाराम विचार करता करता रडू लागला. पावसाच्या पाण्यात त्याचे अश्रू वाहून जाऊ लागले. मनात मात्र शिवरायांना डोळे भरून पहायची आस निर्माण झाली.

एव्हाना डोंगराचा चढ संपून पठार लागले. समोर पावसात मंदिराचे शिखर धूसर दिसू लागले. मल्हारी बोलला, 'आरं ते समोर मंदिर दिसू लागलंय. बगा, आता ह्यात कोण भेटणार देवालाच ठाऊक बाबांनो. आज रात्री हितं थांबू. उद्या मातूर मागं फिरायचं आता. लय दिस झालं ही दरीखोरी पालथी घालतोय बाबांनो. बास, मला काय आपण शिवाजी राजांच्या पर्यंत पोहोचू असं वाटत नाय.'

त्याचा शब्द मध्येच खोडत सखाराम बोलला, 'नाय मल्हारी, आता तर महाराजांचं दर्शन घेऊनच जायचं. बस्स! काहीही होवो. आपलं काम भलेही न होवो. महाराजांच्या पायावर डोकं टेकवू आन मगच धनगरवाडी गाठू. चला.'

ते सर्व त्या भव्य दगडी मंदिराच्या नंदीसमोर उभे राहून आत बघू लागले. पावसाने बाहेर पाणीपाणी झाले होते; मात्र मंदिराच्या गाभाऱ्यात एक मशाल तेवत होती.

चौघेही आत गेले. डोके झटकून पाणी हाताने पुसू लागले, इतक्यात डोईला मावळी मुंडासे बांधलेला एक वृद्ध माणूस हातात मशाल घेऊन त्या चौघांजवळ आला. त्यांना पाहून त्याने त्यांना विचारले, 'कोण हाय रं बाबांनो तुमी? इतक्या रात्रीचं कसं काय ह्या डोंगरावर?

वाटसरू हायसा का रस्ता चुकून वर आलायसा?'

त्याच्या प्रश्नाने सखाराम समोर होत बोलला, 'म्हातारबा, रामराम. आम्ही टकमक धनगरवाडीचे धनगर. गावचे गावकारभारी हावोत,' असे म्हणत सगळी हकिकत त्यांनी त्या म्हाताऱ्याला सांगितली व महाराजांना भेटून मदतीची मागणी करायला आम्ही निघालोय, असे बोलतो न बोलतो इतक्यात त्या म्हाताऱ्याच्या मागून तीन-चार धिप्पाड मावळे सपासप तलवारी उपसून सामने आले व चौघांच्या नरड्यावर तलवारी रोखल्या. तो वृद्ध माणूस जरा मोठ्या आवाजात बोलला, 'ए खरं सांगा. नायतर तुमच्या मुंड्या धडावेगळ्या झाल्या म्हणून समजायच्या. ह्यो डोंगर सहजासहजी कोणाला गवसत नाय. इथं यायला कितीतरी गुपित वाटा पार कराव्या लागत्यात. फक्त आमच्या हेरांनाच या वाटा ठाऊक असतात. बोला तुम्ही कोण, नाहीतर संपला तुम्ही!'

आधीच डोंगर चढून दमलेल्या त्या चौघांची त्या आकस्मिक हल्ल्याने पाचावर धारण बसली. त्या खंडोजीच्या नादाला लागून मरणाच्या दाढेत आलो, असे त्यांना वाटू लागले. भीतीने चौघेही काही बोलेनात.

त्यांच्या गप्प बसण्याने ते मावळे अजून चिडले व चौघांना बेदम हाणू लागले. लाथाबुक्क्यांचे प्रहार तोंडावर बसताच चौघेही जिवाच्या आकांताने ओरडू लागले. इतक्यात नारायणला अचानक खंडोजीचे शब्द आठवले. मंदिरात कोणी भेटले, की परवलीचा शबुद सांगा, 'उंबराचं फूल.'

एका क्षणात नारायण ओरडू लागला, 'उंबराच फूल, उंबराचं फूल, उंबराचं फूल!'

तो शब्द कानी पडताच ते धारकरी जाग्यावर थांबले आणि नारायणकडे पाहत विचारू लागले, 'कोण तुम्ही?'

पुढच्या क्षणी त्या चौघांनी हात जोडून त्या चौघांची माफी मागितली व तो वृद्ध

माणूस बोलू लागला,
'तुम्हाला अगोदर परवलीचा शब्द सांगायला काय झालं होतं?

बिनकामी जिवानिशी गेला असता. चला, आत या,' असे म्हणून त्याने चौघांना आत घेतले.

मंदिराच्या आत असणारी दानपेटी त्या चौघांपैकी दोन मावळ्यांनी उचलली आणि एक मशालवाला आत उतरला. त्या पेटीच्या आत दगडी पायऱ्या होत्या. त्या चौघांनी सखाराम व त्याच्या साथीदारांना आत उतरवले आणि पेटीचं दार लावून एका मागोमाग एक चालू लागले. बराच वेळ चालल्यावर आत एका विस्तीर्ण कक्षात पोहोचले.

त्या कक्षात सर्वत्र समया तेवत होत्या. भिंतीवर ढाली, तलवारी अडकवल्या होत्या.

समोर लांबसडक बांबूच्या ठासणीच्या बंदुकीत एक शिलेदार तन्मयतेने दारू ठासत होता.

बाजूला एका मंचकावर ठेवलेल्या एका नकाशाभोवती मावळ्यांची बैठक सुरू होती.

सखाराम व त्याचे साथीदार भांबावल्या नजरेने सारे पाहत होते. दुसऱ्या कक्षात काही मावळे जडीबुटी कुटून औषध बनवत होते, तर काहींच्यासमोर नकली दाढीमिशी, फकीर, संन्याशाची वस्त्रे पडली होती.

ज्याने सखाराम व त्याच्या साथीदारांना त्या गुहेत गुप्त वाटेने आणले तो वृद्ध माणूस हसत हसत सखारामला बोलला, 'गड्यांनो, ही आमची हेरांची गुप्त जागा.

इथे आम्ही स्वराज्यातील सर्व हेरांकडून आलेल्या निरोपाचे पृथक्करण करतो व योग्य कारवाई करतो.

इथून केवळ रायगड नव्हे तर साऱ्या स्वराज्यातील हेरांना काय हवे, नको ते पोहोचवले जाते.

येड्यांनो, परवली शब्द सांगितल्याशिवाय आपले काम होत नाही, हे माहिती असूनसुद्धा तुम्ही वेळ केला सांगायला. हकनाक जीव गेला असता की!' तो वृद्ध पुन्हा हसू लागला. ते सर्व चालत तिसऱ्या कक्षात वळले.

सखारामने मनात विचार केला, की आपण हेरच आहोत, असा बहुतेक सर्वांचा समज झालेला दिसतोय; पण जर हेर नाही हे कळले तर पुन्हा मारतील या विचाराने तो गप्प झाला.

त्या कक्षात काही फितूर हरामखोर दगाबाज लोकांना पकडून, उघडे करून पट्ट्याने मारले जात होते. आर्त किंकाळ्या व रक्ताचे डाग याने तो कक्ष हादरून

गेला होता.
भयभीत नजरेने सखाराम ते पाहत त्या वृद्ध माणसाच्या मागे चालत पुढच्या कक्षासमोर आला.
त्या कक्षात समोर दोन भालाईत पहारा देत उभे होते. त्यांना पाहून त्या वृद्धाने म्हटले,
'वस्तादकाकांना भेटायचे आहे. नाईकांच्या खासगीतील परवलीचा शबुद घेतलाय या चौघांनी. नाईकांची खास माणसे असावीत. यांचे काही काम आहे महाराजांच्याकडे. वस्ताद काकांना वर्दी द्या. उंबराचं फुल उगवलं आहे.
त्या पहारेकऱ्यांनी मान हलवली आणि दरवाजा उघडून आत गेले. काही क्षणात बाहेर येऊन म्हणाले की त्या चौघांना फक्त आत पाठवा बाकीजन निघून जावा वर मंदिरात.
'जी' असे म्हणत तो वृद्ध मागे फिरला व सखाराम व त्याचे साथीदार त्या कक्षात गेले. बाहेरुन कक्ष बंद केला गेला.
समईच्या मंद प्रकाशात समोर आई तुळजाभवानीची मूर्ती दिसली. बाजूलाच तलवारी, भाले, बरचें, कट्यारी पूजल्या होत्या.
वस्ताद काका हात मागे बांधून पाठमोरे उभे होते. त्या चौघांची चाहूल लागताच ते मागे वळाले. अतिशय धीरगंभीर मुद्रा, कल्लेदार मिशा, वार्धक्याने पांढरी पडलेली दाढी, डोळ्यात विलक्षण तेज. अंगापिंडांने मजबूत असणारी काकांची शरीरयष्टी पाहिली आणि खंडोजीने काकांचे जे वर्णन सांगितले होते त्याची अनुभूती आली.
'रामराम गड्यांनो. जय भवानी' असे बोलत काकांनी त्या चौघांना नमस्कार घातला.
त्या चौघांनी पण रामराम घातला.
समोरच्या लाकडी मंचकावर बसायची खूण करत काका बोलले, 'बसून घ्या, उंबराचं फुल कवा कवा तर उगवत आमच्या ठाण्यात.
सखाराम व ते चौघेही हसू लागले.
वस्ताद काका बोलले, 'बोला मंडळी, काय काम आणले आहे तुम्ही?'
तुम्ही जो परवलीचा शब्द घेताय त्या अर्थी तुम्ही बहिर्जी नाईकांच्या एकदम विश्वासातील लोक आहात. जेव्हा हा शब्द घेऊन कोणी येतो तेव्हा तो शब्द कसा व कोणी दिला हे विचारायचा सुद्धा आमचा हक्क नसतो.
ज्या अर्थी हा शब्द तुम्ही बोलला, त्याअर्थी कोणतेही कारण न सांगता तुमचे काम केलेच पाहिजे.
काकांच्या त्या बोलण्याने सखाराम व त्याच्या साथीदारांना कळून चुकले की

खंडोजी जे बोलत होता त्यातील शब्द आणि शब्द खरा आहे. एक दीर्घ श्वास घेऊन सखारामने सारी कहाणी सांगितली.

टकमक टोक-कडेलोट-नरभक्षक वाघ-वस्तीवर हल्ले. सर्व काही सांगून फक्त एकदा महाराजांची भेट घडवा अशी विनंती केली.

काकांनी शांतपणे सर्व काही ऐकून घेतले आणि मोठा उच्छश्वास टाकत बोलले. चला, तुमची समस्यां लय मोठी आहे, पण लई पुण्याचे काम आहे हे. तुमची वाडी वस्ती सुखी झाली पाहिजे. उद्या दिवस उगवायला आपण रायगडच्या चित दरवाजातून गडावर जाऊ.

'आता काहीतरी खाऊन झोपी जा. सकाळी भल्या पहाटे निघू.

सखाराम व त्याच्या मित्रांचा आनंद गगनात मावत नव्हता. चार दिवस मरमर चालून इथवर आल्याचे चीज होईल, असे वाटत होते आता. खंडोजीला भेटून त्याच्या पण पायावर डोकं टेकवायचं आपण. गावात बोलावून मिरवणूक काढायची त्याची, असा विचार करत ते चौघेही झोपी गेले.

पहाट झाली. हेरांचे ते मुख्य ठाणे मात्र रात्रंदिवस जागेच होते.

कधी कोणाला तरी पकडून आणून मारत होते, तर कधी तर कोणी हेर जखमी होऊन उपचाराला येत होता. कोणी भावी योजनांचे, युद्धाचे नियोजन करत होता तर कोणी कपडे काढून व्यायाम करत होता.

वस्तादकाका व ते चौघे तयार झाले व त्या कक्षातून निमुळत्या होत गेलेल्या चोरवाटेने बाहेर पडू लागले.

एका विस्तीर्ण गुहेत ती चोरवाट येऊन संपली. समोरच एक तपस्वी कुबडी घेऊन समाधिस्थ झाला आहे, असे दिसत होते. त्याच्याकडे पाहत वस्तादकाका बोलले, 'जय रोहिडेश्वर.'

काकांच्या त्या आरोळीने समाधीचे ढोंग करून बसलेला तो हेर जागा झाला व बोलला, 'जय जय रघुवीर समर्थ.' आणि दुसऱ्या क्षणी ते दोघेही हसू लागले.

ती गुहा बाहेरून खुली होती.

सकाळची कोवळी किरणे गुहेच्या आत येत होती.

उगवणाऱ्या सूर्यनारायणाकडे पाहत वस्तादकाका बोलले, 'चला, फक्त अर्ध्या फर्लांगावर चित दरवाजाच्या हमरस्त्याला आपण लागू.'

ते अवघड कडेकपारी ओलांडून चालत चित दरवाजाजवळ आले.

पाऊस रिमझिम कोसळत होता. त्यामुळे वाटेवरचे गस्तीचे पथक दिसले नाही. चित दरवाजाजवळ पण कोणीही दिसत नव्हते.

काका समोर आले व त्यांनी मोठ्या आवाजात पुकारा केला, 'कोण आहे का? दरवाजा खोला.'

हे शब्द कानी पडताच दरवाज्यावरून एक धिप्पाड मावळा हातात असलेली ठासणीची बंदूक त्या पाच जणांवर रोखत बोलला,
'खबरदार! पुढे यायचं नाय बिलकुल. बंदूक गच्च भरल्या दारूनं. फुडं ईशीला तर एका डागात ढगात पोचशीला. तुमाम्नी एकदाच ईचारतो. परवलीचा शबुद सांगा. जर चुकलासा तर मेलासा. इचार करून सांगा. सरळ चित दरवाज्यात येतायसा. सांगा बगू शबुद.'
असे म्हणताच वस्तादकाका हसले व म्हणाले, 'पौर्णिमेचा चंद्र.'

२१

वस्तादकाकांचा शब्द निशाण धरलेल्या शिलेदाराला ऐकू जाताच त्याने ठासणीची बंदूक खाली करत खाली आवाज दिला, 'ए खोल रं दिंडी दरवाजा. परवलीचा शबुद बरोबर हाय.'

रायगडच्या चित दरवाज्याचा दिंडी दरवाजा उघडला गेला आणि एक मावळा बाहेर येत म्हणाला, 'रामराम शिलेदार! काय बेत गडावर येण्याचा?'

त्याच्याकडे पाहत हसत वस्तादकाका बोलले, 'बहिर्जी नाईकांची खास माणसे आहेत ही. परवलीचा शब्द उंबरफूल हाय.'

'उंबरफूल! बरं बरं मग तुमास्नी कोण आडीवणार?या, या! आत या,' असे म्हणत तो मावळा आत गेला. पाठोपाठ वस्तादकाका व सखारामसह त्याचे साथीदार आत गेले.

आत प्रवेशताच मावळ्याने दिंडी दरवाजा आतून बंद करून घेतला.

आत निमुळत्या होत गेलेल्या दिवडीत धिप्पाड भालाईत उभे होते.

तोफांची तोंडे चिखलाने लिंपून बंद केली होती.

बाजूला पाचपन्नास पहारेकरी हशम नंग्या तलवारींनी खडा पहारा देत होते.

शिवशाहीची शिस्त पाहण्यासारखी होती.

कोणीही बेशिस्त नव्हते.

समोरच्या एका धिप्पाड धारकऱ्याने वस्तादकाकाला ओळखले. लगबगीने धावत येऊन मुजरा करत तो बोलला, 'मुजरा वस्तादकाका!

लई दिसानं गडावर येनं केलासा!

बरं वाटलं तुमचं दर्शन घेऊन!'

वस्तादकाका हसत बोलले, 'आरं नाईकांची खास माणसं हायती सोबत. जरा खासगीत वर्दी देऊन महाराजांची भेट घालायची हाय.'

'व्हय, व्हय. घाला, घाला. नाईकांच्या माणसासनी कोण आडीवनार,' असं म्हणत तो धारकरी बाजूला झाला आणि काका तरातरा चालू लागले. सोबत

सखाराम व त्याचे साथीदार पण चालू लागले.

भर पावसात रायगड चढणे म्हणजे साक्षात स्वर्गाच्या पायऱ्या चढत देवाच्या दर्शनाला जाणे होय.

राजधानीला साजेसा किल्ला म्हणजे रायगड.

सह्याद्रीचा मूर्तिमंत आविष्कार.

धो धो पावसाने रायगडचे अभ्यंगस्नान पाहणे म्हणजे पर्वणीच.

वळणवळणावर छोटे छोटे धबधबे निर्माण झाले होते.

अशा मावळी पावसात पण ठायी ठायी काथ्याच्या गोंणपाटाची गोची करून, हातात भाला घेऊन राजधानीचे रक्षण करणारे शिवशाहीचे धिप्पाड भालाईत हिंदवी स्वराज्याच्या शिस्तीचे प्रदर्शन करत होते.

अशा पावसात रायगडचा चढ चढून धाप तर लागत होती; मात्र पावसामुळे घाम मात्र येत नव्हता.

अशा पडत्या पावसात सखाराम मात्र मनोमन आनंदी होता.

ज्या शिवरायांची कीर्ती सारा हिंदुस्थान गातोय त्या राजाचं दर्शन होणं, ही सखारामसाठी साधी गोष्ट नव्हती.

सात पिढ्या जरी प्रयत्न केला असता तरी स्वराज्याच्या राजधानीत प्रवेशसुद्धा मिळवता आला नसता.

त्यो कोण कुठल्या जन्मीचा सोबती म्हणून खंडोजी भेटला वाटेत, म्हणून हे दिवस बघायला मिळत होते.

खरोखर सखाराम व त्याचे साथीदार खंडोजीला मनोमन धन्यवाद देत होते; पण त्याच्या आयुष्यात पुढे काय झालं हे मातूर ईचारायचं राहिलंच. सखारामने अंदाज बांधला, की बहुतेक सावित्री आणि खंडोजीचं लगीन झालं असंल आणि बहिर्जी नाईकांनी यशवंतमाची जिंकून खंडोजीलाच सरदार केला असंल तिथला. म्हणून तर रायगडच्या दऱ्या-डोंगरांत सारे शिर्के आणि खंडोजी फिरत बसल्यात. चला कायबी म्हणा. लक्ष्मी-नारायणाची जोडी हाय खंडोजी आणि सावित्रीची.

लय खस्ता खाल्या बिचाऱ्यांनी; पण त्या 'बाजिंद'च्या वहीचं काय झालं असंल पुढं? दिलं असंल म्हणा ते बी खंडोजीनं परत बाजिंदला. तसा गप बसणारा नव्हं खंडोजी.

विचारांची चक्रे फिरत होती. वस्तादकाका रायगडावरील सरकारी दफ्तरात पोहोचले.

अनेक जणांचे अनेक विषय ऐकत मोठमोठे हवालदार मश्गुल होते. टाक-दौत समोर ठेवून लिखाणाची कामे करणारे मुनिमजी पण व्यस्त होते.

काका हेरखात्याच्या कक्षाकडे वळले. अनेक हेर तिथे स्वराज्यातून आलेल्या माहितीची प्रतवारी करत बसले होते.

वस्तादकाकांना पाहून समोर बसलेले पंतकाका उठले व म्हणाले, 'वस्ताद यावे. काहीच वर्दी नसताना प्रत्यक्ष तुम्ही रायगडी येण्याची तसदी घेतली? नक्कीच कारण महत्त्वाचे असावे!'

पंतांच्या या बोलण्यावर काका म्हणाले, 'होय पंत, ही चार मंडळी गस्तीच्या हेरांना दिसली. चौकशी केली तर 'उंबरफूल' हा परवलीचा शब्द सांगितला.'

'उंबरफूल?'

'बाप रे, म्हणजे प्रत्यक्ष बहिर्जींच्या एकदम जवळची माणसे आहेत तर! बोला, काय करावे यांच्यासाठी?'

मग वस्तादकाकांनी सखारामच्या धनगरवाडीचे दुखणे, टकमक टोकाची व्यथा आणि नरभक्षक वाघांचा बंदोबस्त ही कहाणी सविस्तर सांगितली. या लोकांना महाराजांनासुद्धा भेटायचे आहे हेदेखील सांगितले.

काकांनी टाक दौतीत बुडवून सारा मजकूर समोरच्या भूर्जपत्रावर लिहिला आणि सविस्तर मायना बनवला आणि खास बहिर्जी नाईकांचा शिक्का मारून खाली परवलीचा शब्द मोडी लिपीत लिहिला आणि बोलले,

'उद्या सकाळी महाराजांचा दरबार आहे. उत्तरेत पाठवलेल्या हेरांची माहिती आली आहे. त्याच्या जोडीलाच हा कागद महाराजांना दाखवतो.

आज रात्री सरकारी विश्रांतीगृहात मुक्काम करू द्या या लोकांना. आपण चर्चा करू थोडी, की टकमक टोकावरून कडेलोट बंद करावी;

कारण ज्यांना शिक्षा झाली त्यांच्या नातलगांच्या बऱ्याच तक्रारी आल्या, की आम्हाला अंतिम विधीला किमान देह तरी मिळू दे. अजून महाराजांच्या कानी ही बातमी नाही; पण मागच्या महिन्यात केलेल्या कडेलोटाबद्दल स्वत: बहिर्जी नाईकसुद्धा अस्वस्थ होते, असे दिसून आले.'

मोठा श्वास घेत वस्तादकाका बोलले, 'ठीक आहे. कडेलोट शिक्षा कायमचीच बंद करायचा अर्ज करा. मुख्य हेर प्रमुख नात्याने पाहिल्या अनुमोदनाची सही मी करतो. बाकी अंतिम निर्णय महाराज देतील सकाळी.'

सखाराम व त्याच्या साथीदारांना सरकारी दुकानातून नवीन मावळी कपडे, अंथरूण-पांघरूण मिळालं. त्यांच्या भोजनाची व विश्रांतीची सोय सरकारी अतिथिगृहत करून वस्तादकाका पुन्हा सरकारी कचेरीत आले व पंतकाकांच्या समवेत महत्त्वाच्या चर्चेत मश्गुल झाले.

सकाळ झाली. सूर्यनारायण नभोमंडळात दाखल झाले; मात्र रायगडच्या डोक्याला वेढे देऊन बसलेले काळेकभिन्न पावसाळी ढग आणि धुक्यामुळे

सूर्यकिरणे रायगडला स्पर्श करू शकत नव्हती.
समोर हाताच्या अंतरावरील दिसणे मुश्किल इतके दाट धुके.
अशा दाट धुक्यातदेखील हातात मशाली घेतलेली मावळे मंडळी गस्त घालून रायगडला पहारा देत होती.
दरम्यान, एक हशम सरकारी अतिथिगृहात आला व सखारामला तयार रहा म्हणून सांगितले. सरकारी दुकानातून दिलेले नवे कपडे घालून दरबारात जायचे आहे, अशी वर्दी देऊन हशम निघून गेला.
सखाराम व त्याचे साथीदार खूप खूप आनंदी होते.
ते तयार होऊन सरकारी अतिथिगृहातून बाहेर पडले. समोर उभ्या असलेल्या मावळ्याला बोलले, 'शिलेदार, हितं जगदीश्वर महादेवाचं देऊळ कुठं हाय जी? अमास्नी दर्शन मिळंल का ओ?'
यावर तो हशम बोलला, 'सरळ समोर जावा. कोणी अडवलं तर परवलीचा शबुद सांगा आणि दर्शन घ्यायला जायचं हाय असं सांगा. जावा सरळ. होळीचा माळ लागंल. बाजारपेठ ओलांडली की समोरच जगदीश्वर मंदिर. जावा.'
त्याचे उत्तर ऐकून ते चालू लागले. सखारामच्या मनात आनंदाच्या किती लकेरी उठल्या असतील याची कल्पना करून पहा.
एक साधा मेंढपाळ हिंदुस्थानातील बलाढ्य राजसत्तेच्या राजधानीत खुद्द महादेवाचे दर्शन घ्यायला निघाला होता.
कोणत्या महादेवाचे दर्शन घ्यावे? ज्या महादेवाच्या आशीर्वादाने शिवरायांनी साधारण माणसे हाताशी धरून दिल्ली हादरून सोडली. भगव्या झेंड्याचा धाक आसेतू हिमाचल बसवून रायगडी स्वाभिमानाचे सिंहासन निर्माण केले, त्याचे दर्शन घ्यावे की ज्याच्या अस्तित्वाने हिंदुस्थानातील बाराही ज्योतिर्लिंगे आजही टिकून राहिली त्या दस्तूरखुद्द राजश्री शिवाजीराजे भोसले नावाच्या महादेवाचे दर्शन घ्यावे? केवळ मनाची घालमेल.
आजवर ज्याच्यामुळे मंदिराचे कळस, अंगणातील तुळस, गळ्यातल्या माळा, कपाळावरील टिळे आणि उरात जग जिंकायची ईर्षा टिकून राहिली ते शिवाजीराजे साक्षात तमाम हिंदुस्थानाचेच जगदीश्वर महादेव होते, यात मात्र शंका नव्हती.
डोळ्यांत आलेले पाणी पुसत सखाराम होळीच्या माळावर आला.
अनेक कुणबी आपापली मंडई लावण्यात व्यस्त होते.
बाजारात शिस्तबद्ध गर्दी दिसू लागली.
धुक्यामुळे माणसे विरळ होती; पण अस्तित्व जाणवत होते.
पेठ ओलांडली आणि पेठेच्या डाव्या हाताकडून एक वाऱ्याचा मोठा झोत

सखारामच्या मुखावर आला, तसा सखाराम व त्याचे साथीदार दचकले. पाठोपाठ त्यांच्या कानात कोणीतरी गुणगुणल्याची जाणीव त्यांना झाली. तसे चौघेही घाबरलेल्या नजरेने त्या डोंगराच्या विस्तीर्ण टोकाकडे बघत उभे राहीले.

तितक्यात समोरून घोड्यावरून येत असलेल्या एका धारकऱ्याने चौघांना थांबवले व विचारले, 'ए, कोण रं तुम्ही?'

त्याच्या बोलण्याने भानावर आलेल्या सखारामने 'उंबरफूल' परवली शब्द सांगितला व जगदीश्वर दर्शन कारण सांगितले.

हे ऐकताच धारकरी बोलला, 'बरं बरं, नाईकांच्या खासगीतले लोक वाटतं. जावा जावा.'

थोडा वेळ थांबत पाठमोऱ्या झालेल्या घोडेस्वाराला थांबवत सखाराम बोलला, 'शिलेदार, या बाजूचा रस्ता कुठंशी जातो ओ?'

घोड्याचा लगाम खेचत गोल गिरकी घेऊन तो धारकरी त्या रस्त्याकडे पाहत बोलला, 'आरं बाबांनो, तिकडं नका बघू. तिकडं गेलेली माणसं माघारी येत नाहीत. टकमक टोक हाय तिकडं. टकमक टोक.'

त्या शिलेदाराचे ते शब्द कानावर पडताच सखाराम व त्याच्या सवंगड्यांच्या अंगावर भीतीने सर्रदिशी काटा आला.

३०

ज्या टकमक टोकाचे नुसते नावच ऐकून अख्ख्या धनगरवाडीला रात्रीची झोप लागत नव्हती, त्या टकमक टोकाच्या जवळ आपण उभे आहोत, ही कल्पनाच सखाराम, नारायण, सर्जा आणि मल्हारीच्या हृदयाचा थरकाप उडवणारी होती. वेळ मारून नेत ते चौघेही जगदीश्वराच्या मंदिराकडे निघाले. मंजूळ घंटानाद आणि रुद्राचा घुमणारा आवाज कानी पडताच सखारामने जाणले, की श्री जगदीश्वर मंदिर जवळ आले आहे.

मंदिराच्या सभोवताली ताशीव दगडांची पक्की तटबंदी बांधली होती.

कमरेला तलवारी, पाठीला ढाल आणि हातात उंचापुरा भाला घेतलेले कित्येक धारकरी तिथे पहारा देत होते.

जगदीश्वराची नक्षीदार दगडी कमान पार करून ते चौघेही आत प्रवेशले.

सकाळच्या गारव्यात आणि रिमझिम पावसात मंदिरातील धुपाच्या सुगंधामुळे अधिक मंगलमयता आली होती.

सरकारी कार्यालयातील अनेक अधिकारी दर्शन घेऊन दरबारी पोहोचण्याच्या गडबडीत होते.

सखाराम व चौघे जण जगदीश्वराच्या गाभाऱ्यात गेले.

समोर जगदीश्वराचं शिवलिंग शीतल जलधारेत न्हात होतं.

नाना तऱ्हेच्या शोभिवंत फुलांनी यथासांग पूजा केली होती.

पुजारी मुखाने पवित्र मंत्र म्हणत येणाऱ्या-जाणाऱ्या भाविकांना तीर्थ देत होते.

सखारामने गुडघे टेकले आणि मन भरून महादेवाचे दर्शन घेतले.

समुद्रमंथनातून निघालेले अतिजहाल विष प्राशन करून देवांचे प्राण वाचवणारा महादेव त्याचा दाह शांत करण्यासाठी जणू सह्याद्रीच्या त्या उंचच उंच गडकोट किल्ल्यात विसावला असावा, अशी भावना सखारामच्या हृदयात उचंबळून आली. त्याचे डोळे पाणावले.

त्या महादेवाने देवांसाठी विष प्राशन केले अन् आमच्या महादेवाने सारे आयुष्य

मृत्यूच्या जिभेवर काढले.

धर्म, देव, नावालाही शिल्लक नव्हता. स्वत्व, अस्मिता, स्वाभिमान ऐकायलाही मिळत नव्हता.

माणुसकी नावाचा शब्द दुरापास्त झाला होता.

जर शिवाजी महाराज जन्माला आले नसते तर आज स्वार्थासाठी स्वकीयांचे गळे चिरणारा तो महाराष्ट्र नरकात बुडून गेला असता.

आज माझ्यासारखा साधारण मेंढपाळ कष्टाची भाकरी समाधानाने खातोय ते केवळ महाराजांच्यामुळे याची जाणीव सखारामला होती.

नाहीतर आजवर कित्येक आदिलशाही, मोगलांच्या टोळधाडी आळीपाळीने महाराष्ट्रावर पडत होत्या.

आज आमच्या घरातील आयाबाया, मुलं, गुरंढोरं सुखात आहेत. यासाठी आमच्या महाराष्ट्राच्या महादेवाने प्रत्यक्ष महादेवापेक्षाही जहाल विष प्राशन केले आणि पचवले.

वयाच्या चौदाव्या वर्षी रायरेश्वरासमोर हिंदवी स्वराज्याची शपथ घेतली. घोडा आणि तलवार हीच कुलदैवते मानली. सतत हिंदवी स्वराज्याचा ध्यास उरात बाळगून हिंदुस्थानातील पाच पातशाहींना रणांगणात चारी मुंड्या चीत केले.

आज रायगडावर मराठेशाहीचे सुवर्ण सिंहासन स्थापन करून हिंदुस्थानातील कित्येक भंगलेल्या सिंहासनांचा जणू बदला घेतला होता.

आणि हे सारे कोणाला घेऊन, तर साधी लंगोटवाली पोरं बरोबर घेऊन. अहो, आज या पोरांचा धाक दिल्लीपर्यंत आहे याचे कारण केवळ शिवाजीराजे.

डोळ्यांतले पाणी पुसत सखाराम बाहेर पडला.

सकाळच्या गार वाऱ्याने आणि बारीक तुषारासारख्या पावसाने त्याच्या डोळ्यांतले अश्रू शमवले.

ते चौघेही परत सरकारी अतिथिगृहात आले.

काही क्षण गेले. खुद्द वस्तादकाका सोबत तीन-चार धारकरी घेऊन आले.

येताच बोलले, 'चला गड्यांनो, महाराजांनी तुम्हाला भेटायची परवानगी दिली आहे.'

दरबारी रीतिरिवाज माहीत नाही तुम्हाला म्हणून सांगतो. दरबारात जास्त आवाज न करता बोलायचे आणि विचारतील तेवढ्याच प्रश्नांची उत्तरे द्यायची.

चला, आवरा लवकर.'

ते चौघं वस्तादकाकांच्या सोबत दरबाराकडे निघाले.

नगारखान्यातून नगाऱ्याचा आवाज येत होता.

दरबारी वकील, भेटीसाठी परराज्यांतून आलेले सरदार, सरकारी अधिकारी आणि

केवळ महत्त्वाच्या व्यक्तींनाच नगारखान्याच्या आत असलेले शिलेदार माहिती, नावे व परवलीचे शब्द विचारून, ओळखीचे कागद तपासून, त्यांची नोंद करून मगच आत सोडत होते.

नगारखान्यातून आत आल्यावर समोरच्या कमानीतून आतील भव्य दरबारात जाण्यासाठी प्रवेश मिळत होता.

तिथे उभे असलेले हशम प्रतवारी करून कोणी कुठे उभे राहायचे, सूचना करत होते.

आत मशालींच्या उजेडाने सारा दरबार उजळून निघाला होता.

चोपदार, भालदार हातात सुवर्णदंड घेऊन महाराजांच्या आगमनाची वाट पाहत होते.

राजसदरेच्या बाजूला काही वकील, कारकून मंडळी समोर भूर्जपत्रे, टाक-दौत घेऊन बसली होती.

आत साधारण पन्नास-एक लोक होते; पण कोणीही मोठ्याने बोलत नव्हतं. कुजबूज मात्र सुरू होती.

राजसदरेच्या मधोमध महाराजांचे ३२ मण सोन्याचे, हिरे, माणिक, मोती जडवलेले सुवर्णसिंहासन झळाळत होते.

हेच ते सिंहासन ज्याचा धाक सारी पातशाही घेत होती.

सखाराम व त्याचे साथीदार वस्तादकाकांच्या बरोबर अगदी समोर उजव्या बाजूला जाऊन उभे राहिले.

त्यांच्या कामाचा व ओळखीचा कागद वस्तादकाकांनी सदरेवर बसलेल्या वकिलांच्याकडे दिला व कानात काहीतरी सांगितले.

ते ऐकताच त्या वकिलाने कागद उघडून पहिला आणि सखाराम व त्याच्या साथीदारांच्याकडे पाहून 'समोर या' अशी खूण केली.

वकील बोलले, 'साधारण किती दिवस झाले तुमच्या गावाला हा त्रास होत आहे?'

वकिलांच्या बोलण्यावर सखारामने उत्तर दिले, 'जी, बरेच दिवस झाले; पण या मागच्या धा-पंधरा दिसांत जितराब आणि माणसांच्यावर पण वाघांनी हल्ला केला.

टकमकाच्या बाजूला जनावरे घेऊन हिंडवायला जायला पण लोक घाबरत आहेत आता.'

मोठा श्वास घेऊन वकील बोलले, 'ठीक आहे.'

वस्तादकाकांच्याकडे पाहत वकील बोलले, 'उत्तरेतून हेर काही महत्त्वाचा निरोप घेऊन आला आहे.

त्या हेरांना घेऊन महाराज खलबतखान्यात आहेत.
काही वेळात महाराज येतील. पहिला प्रश्न या चौघांचाच मांडूया. तोवर तुम्ही थांबा,'
सखाराम दरबारात चौफेर नजर फिरवू लागला.
कधी स्वप्नातसुद्धा वाटलं नव्हतं की, खुद्द शिवाजी महाराजांच्या समोर उभे राहता येईल ते; पण खंडोजी भेटला आणि सारे शक्य झाले. आम्ही मात्र त्याच्यावर नाही नाही त्या शंका घेतल्या. बिचारा परत भेटला की पाय धुऊन पाणी पिईन. तीर्थ म्हणून. पण कुठे असेल देव जाणे?
इतक्यात एक जोरदार आरोळी झाली.
होशियार... होशियार... होशियार!
प्रौढप्रतापकुलावंतस क्षत्रियकुलावतंस सिंहासनाधिश्वर महाराजाधीराज राजश्री शिवाजीराजे येत आहेत हो........होशियार.....होशियार.....होशियार.....
महाराज....प्रौढप्रतापकुलावातंस क्षत्रियकुलावतंस सिंहासनाधीश्वर राजा शिवछत्रपती कि.....
आणि सारा दरबार व सखाराम व त्याचे सहकारी अगदी बेंबीच्या देठापासून ओरडला...जय...जय...जय...!
महाराज सिंहासनाच्या पाठीमागून आले.
सोबत अनेक अंगरक्षक, शिलेदार, वकील होतेच.
पांढराशुभ्र अंगरखा, कमरेला दरबारी जगदंबा तलवार, डोक्यावर मंदील, शिरपेचात रोवलेला मोत्याचा तुरा आणि गळ्यात भोसले कुळाची, आई तुळजाभवानीची कवड्यांची माळ.
कपाळावर शंभू महादेवाचे त्रिदळ व त्यातून शिवगंधाचा नाम.
कपाळातून निघालेले सरळ धारदार नाक, काळेभोर बोलके डोळे आणि ओठांवर काहीसे स्मितहास्य; मात्र चेहऱ्यावर कमालीची गंभीरता.
हेच ते शिवाजीराजे भोसले ज्यांनी वयाच्या चौदाव्या वर्षी महाराष्ट्राला पारतंत्र्यातून मुक्ती देण्यासाठी रायरेश्वरी स्वराज्याची शपथ वाहिली. ज्या वयात आमची पोरं पोराटकी खेळात मग्न असत्यात, त्यावेळी तोरणा किल्ला जिंकला. जावळीच्या मोऱ्यांची मिजास उतरवली. अफझलखानासारखा राक्षस समोरासमोर फाडला. पन्हाळगडाच्या वेढ्यातून सिद्दीच्या हातावर तुरी देऊन निसटले. शाहिस्तेखानाला लाल महालात जाऊन बोटे तोडून शास्ता केली. सुरतेसारखी मोगलांची आर्थिक राजधानी लुटून जाळून फस्त केली. आग्र्यात औरंगजेबाच्या नजरकैदेतून मिठाईच्या पेटाऱ्यात बसून पळून आले. असे एक ना अनेक किस्से ऐकून सारा महाराष्ट्र गेली तीन-चार दशके जगत होता.

महाराष्ट्राच्या दऱ्याखोऱ्यातून पहाटेच्या जात्यावरच्या ओव्यांपासून ते लग्नाच्या मंगल अष्टकात शिवाजी राजांचे नाव घेतल्याशिवाय दिवस जात नव्हता की शुभकार्य होत नव्हते.

आयाबायांची अब्रू, त्यांचे कुंकू निर्धास्त केलेला हा युगपुरुष वर्षावर्षांनी नव्हे तर युगायुगांनी जन्म घेतो. काय बोलावे आणि किती बोलावे! शब्द संपतात.

महाराजांनी सिंहासनाला वंदन केले आणि समोर उभ्या असलेल्या सभेकडे पाहिले. सर्वांनी महाराजांना तीन मुजरे वाहिले.

महाराजांनी आपला उजवा हात छातीशी नेत सर्वांचे मुजरे स्वीकारले आणि सिंहासनाकडे उजवा पाय पुढे टाकत सिंहासनावर आसनस्थ झाले.

समोर वकील हातात काही कागद घेऊन आला व महाराजांना काहीतरी सांगू लागला.

समोर उभ्या असलेल्या हारकाऱ्याने हाळी दिली, 'टकमक धनगरवाडीचे गावकारभारी सखाराम व त्याचे साथीदार समोर हाजीर हो.'

त्याची आरोळी ऐकताच वस्तादकाकांनी सखाराम आणि त्याच्या साथीदारांना पुढे येण्यासाठी खुणावले.

सखाराम डोळे पुसत समोर गेला व सर्वांनी वाकून मुजरा केला.

सखाराम व वस्तादकाकांच्याकडे पाहत महाराज बोलले,

'वस्तादकाका, काय समस्या आहे गावकऱ्यांची?'

महाराजांच्या शब्दाने वस्तादकाका समोर झाले आणि खालच्या स्वरात बोलू लागले,

'महाराज, हे लोक टकमकखालच्या धनगरवाडीचे लोक. हा सखाराम गावाचा कारभारी.

बहिर्जी नाईकांच्या खासगीतील परवलीच्या शब्दामुळे त्यांना आपल्यापर्यंत आणले आहे.'

आणि वस्तादकाकांनी महाराजांच्या कानी टकमक टोक आणि खालच्या गावाची व्यथा सांगितली.

क्षणभर विचार करून महाराज बोलू लागले,

'वस्तादकाका, रायगड स्वराज्याची राजधानी.

साऱ्या महाराष्ट्रात रामराज्य आणायची स्वप्ने आपण पाहतोय आणि राजधानीखालची प्रजाच दुःखी आहे हे बरे नव्हे. बरे झाले नाईक यांना भेटले आणि त्यांनी ही बातमी आमच्यापर्यंत पोहोचवली. नाहीतर ही आमची गरीब रयत इथवर येऊ तरी शकली असती का?

काका, आजपासून टकमकचा राबता बंद करा.

गडावरून एकाचाही कडेलोट करता कामा नाही, आमची आज्ञा असल्याशिवाय. न्यायाधीशांनी जर देहदंड सुनावला तर अंधारकोठडीत ठेवा; मात्र कडेलोट करू नये.'

समोर बसलेल्या वकिलांकडे पाहत महाराज बोलले, 'पंत, आजच एक आज्ञापत्र तयार करा आणि स्वराज्यातील सर्व गडकोटांवर पाठवून द्या. जर कडेलोट शिक्षा दिली तर खाली गेलेली सर्व मृत शरीरे सरकारी खर्चातून उचलून त्या त्या नातेवाईकांना द्यावी; अन्यथा कडेलोट न करता दुसरा मार्ग वापरावा. आजपासून स्वराज्याच्या राजधानीत टकमक कडेलोटासारखी शिक्षा कायमची बंद झाली, असा आदेश काढावा.'

'जी महाराज,' असे म्हणत वकिलांनी महाराजांचा हुकूम कागदावर लिहून त्यावर शिक्कामोर्तब केले.

क्षणभर थांबून सखारामकडे पाहत महाराज बोलले,

'आता खुश झालात ना?'

खुद्द महाराजांच्या बोलण्याने भंबेरी उडालेला सखाराम म्हणाला,

'जी महाराज, महाराज मला न्याव मिळू दे अगर न मिळू दे. तुमास्नी डोळं भरून बघितलं. आमच्या गरिबांच्या जल्माचं सोनं झालं. आमास्नी आता काय बी नगो,'

सखाराम असे बोलताच महाराज म्हणाले,

'अरे, तुम्ही तर हिंदवी स्वराज्याची खरी ताकद आहात. तुमच्यासारखे माझी बहिर्जी, तानाजी, बाजी, मुरारबाजी, शिवा काशीद असे कितीतरी जण हसत हसत मरणाशी खेळले, म्हणून हे राज्य अवतरले. तुम्ही निर्धास्त गावी जा आणि वस्तादकाका, यांच्या गावात धान्य, बी-बियाणे, काय हवं, नको हे यापुढे सरकारी खर्चातून पाहिलं जाईल.

यांचं नुकसान केवळ आपल्या चुकीमुळे झालं आहे, त्याची भरपाई म्हणून हे सर्व आपण करावे.'

'जी महाराज,' असे म्हणत वस्तादकाका मुजरे घालत बाजूला गेले आणि त्या चौघांना घेऊन दरबाराच्या बाहेर पडले.

साक्षात महाराष्ट्राच्या देवाच्या दर्शनाने सखाराम व त्याचे सहकारी अक्षरशः रडू लागले होते.

नगारखाना ओलांडून ते चौघे महाराजांच्या दरबारातून बाहेर आले.

हसत हसत वस्ताद काका म्हणाले,

'गड्यांनो, लई नशीबवान हायसा तुमी.

सात जन्मांत मिळणार न्हाई एवढं दिलं महाराजांनी. आता तुम्ही आणि गावकरी

कायमचे सुखी झालात.
तुमच्या आजवरच्या नुकसानीचा खर्च सरकार देणार आहे. इथून पुढं गावात काही पण गरज लागली तर सरकारी कोतवाल, हवालदार, पाटील स्वत: येऊन मदत करणार असा आदेश आहे माझ्याकडे, ज्यावर महाराजांची सही आहे.'
सखाराम व त्याच्या साथीदारांना मनस्वी आनंद झाला.
वस्तादकाकांनी महाराजांच्या आज्ञेचा कागद सरकारी दफ्तरात जमा केला आणि सोबत दोन हशम घेऊन सखारामच्या गावाकडे जाण्याचा निर्णय घेतला.
तीन बैलगाड्या भरून बियाणे, नुकसान भरपाई म्हणून रोख रक्कम आणि धनगरवाडीच्या शेतकऱ्यांना कायमस्वरूपी रायगडावर बाजारासाठी भाजीपाला विकायचे परवाने दिले गेले.
सखाराम व त्याच्या सवंगड्यांच्या चेहऱ्यावरून आनंद ओसंडून वाहत होता.
वस्तादकाका, ते चौघे आणि दोन धारकरी रायगड उतरून चीत दरवाजापासून खाली आले.
सखाराम वस्तादकाकांना बोलला, 'काका, राहू दे. कशाला तरास घेतासा? आम्ही निघतो पायीच.'
यावर काका बोलले, 'येडं हायसा. तुम्हास्नी सहीसलामत गावात पोचवून टकमकखाली सरकारी पंचनामा केल्याबिगर आता मला आणि आमच्या माणसांना जाता येणार नाही.
तुम्हाला गावात सोडतो आणि मग आम्ही येऊ मागे. चला.'
एव्हाना दुपारचा प्रहर टाळून गेला होता.
आकाशात पावसाळी ढगांनी पुन्हा गर्दी केली आणि मुसळधार सरी कोसळू लागल्या.
काथ्याच्या विणलेल्या गोंच्या पांघरून ते सारे निघाले.
वाटेत महाराजांचे अनेक गस्तीचे मेटे होते. सगळ्या मेटेवर वस्तादकाकांच्या ओळखीची मंडळी होती. शेवटच्या मेट्यावर चार धिप्पाड पण नवीन धारकरी होते. त्यांनी या साऱ्यांना हटकले,
'ए थांबा रं. कोण तुम्ही? कुठून आलासा?'
वस्तादकाका समोर आले आणि त्यांनी त्यांची ओळख सांगितली; पण त्या चौघांनी त्यांची ओळख साफ धुडकावली आणि बोलले, 'तुम्ही कोण बी असा ओ! पावसाळ्यात रायगडचा राबता बंद असतोय एवढं पण माहिती नाय काय? स्वताला हेर म्हणून घेतायसा ते.'
त्या चौघांनी सोबत आणलेल्या धारकऱ्यांच्या कमरेच्या तलवारी काढून घेतल्या आणि सर्वांना मोर्चाखाली तयार केलेल्या कक्षात घेतले.

'सांगा. कोणाचे हेर तुम्ही?
जाताना कसे दिसला नाही? खरं सांगा! नायतर गस्तीच्या टेहळणी वेळी सापडला म्हणून जिवाशी जाशीला.'
वस्तादकाका मोठ्या आवाजात बोलले, 'पौर्णिमेचा चंद्र!'
तो परवलीचा शब्द ऐकताच त्या चार धारकऱ्यांची बोबडी वळली. मागे सरकत ते बोलले, 'माफ करा, मगापासून सांगितला अस्तासा शब्द तर एवढी वेळ आली नसती. तुम्ही आणि हे दोन धारकरी जाऊ शकता पुढं; पण या चौघांना आम्ही सोडू नाही शकत.'
दरम्यान काकांनी खूप समजावूनसुद्धा त्या गस्तीच्या मोर्चातून ते चौघं सुटेनात. शेवटी वस्तादकाका बोलले, 'अरे, बहिर्जी नाईकांची खास माणसे नुकतीच महाराजांना भेटून आली आहेत.
मला वर जाऊन फक्त परवाने आणावे लागतील.माझं ऐका. सोडा यास्नी.'
पण, त्या चौघांनी त्यांना सोडले नाही.
ते म्हणाले, 'माफ करा शिलेदार! पर मागच्या वेळी शिर्क्यांचा जो दंगा झाला तेव्हापासून कोणी पण तोंडी ओळखीने सोडू नका, असा आदेश आहे बहिर्जी नाईकांचा. खरंच मला माफ करा.'

शिर्क्यांचे नाव घेताच सखारामला खंडोजी आठवला आणि त्याला आठवले की, त्याने सखारामला दंडावर बांधलेली चांदीची पेटी दिली होती. त्याने क्षणात चांदीची पेटी काढली आणि त्या शिलेदाराच्या हातात दिली आणि परवलीचा शब्द उच्चारला, 'चंदन.'
ते चार शिलेदार. वस्तादकाका आणि सोबत आलेले दोन धारकरी त्या परवलीच्या शब्दाने आणि त्या चांदीच्या पेटीकडे पाहत डोळे मोठे करून सखारामकडे पाहू लागले. भीतीने सर्वांगावर काटा उभा राहिला सर्वांच्या.

३१

चांदीची पेटी आणि परवलीच्या शब्दाने वस्तादकाका कमालीचे त्रस्त झाले. त्यांनी त्वरित सोबत आणलेल्या हशमांना रायगडी परत जायला सांगितले.
चौकीच्या पहारेकऱ्यांना उद्देशून ते बोलले, 'तुमची ओळख पटली का? असेल पटली तर आम्हाला पुढे जायचे आहे. सोडा त्यांना.'
भयभीत शब्दांत ते बोलले, 'शिलेदार, आमची चांगलीच ओळख पटली. जावा तुम्ही यांना घेऊन.'
असे बोलताच सखाराम व त्याचे सहकारी वस्तादकाकांसोबत चौकीतून रायगडाखाली गेलेल्या वाटेने चालू लागले.
बराच वेळ कोणी कोणासोबत बोलत नव्हते. वस्तादकाका कसल्यातरी गंभीर विचारात होते.
'चंदन', 'चांदीची पेटी' हा परवलीचा शब्द आणि चांदीची पेटी माझ्या खंडोजीची आहे. यांना कशी भेटली ही पेटी?'
वस्तादकाकांनी हमरस्ता सोडून जंगलातील एक गुप्त वाट पकडली आणि त्या निबिड अरण्यातील वाटेने ते रस्ता कापू लागले.
बराच वेळ गेला आणि वस्तादकाकांनी मौन सोडत सखारामला प्रश्न केला, 'सखाराम, ही चांदीची पेटी आणि परवलीचा शब्द तुम्हाला कोणी दिला?'
आकस्मिक प्रश्नाने सखाराम भानावर आला.
'जी... जी...' सखारामला शब्द फुटेना
'जी... जी... काय? काय असेल ते खरे सांगा.
तुम्हाला काही वाटत नसेल या गोष्टीचे; पण ज्या गोष्टीमुळे स्वराज्याच्या हेरखात्याची झोप उडाली, अन्नपाणी गोड लागेना तोच विषय आज पुन्हा समोर येतोय. विचार करून करून माझी बुद्धी गंजून गेली आहे.
कोणी दिली चांदीची पेटी सांगा! नाहीतर तुम्हाला कैद करून वदवून घ्यायची कला पण आहे आमच्याकडे.'

कैदेची भाषा ऐकताच सखाराम बोलू लागला,
धनगर-नरभक्षक वाघ-टकमक टोक. वाघांच्या तावडीतून सुटका करणारा खंडोजी कसा भेटला हे सांगताच वस्तादकाका ओरडले,
'काय?
खंडोजी भेटला?
मूर्ख आहात काय तुम्ही?
का मला वेडा समजत आहात?
खंडोजी या जगात नाही. खंडोजी मेलेला आहे. मेलेली माणसे कशी भेटतील तुम्हाला?'
हे काकांचे शब्द ऐकताच सखाराम आणि त्याच्या साथीदारांनी डोळेच पांढरे केले. त्यांची पाचावर धारण बसली.
सखारामने मग मात्र घडलेला सारा वृत्तांत सविस्तर त्यांना कथन करायला सुरवात केली.
वाघांच्या तावडीतून केलेली सुटका, सावित्री आणि राजे शिर्के यांची भेट, खंडोजीच्या तोंडून ऐकलेली बाजिंदची कथा.
हे सर्व ऐकताच वस्तादकाका मटकन खालीच बसले,
'अरे, हे कसे शक्य असेल?
खंडोजी तर या जगात नाही.
मेलाय तो. मारलाय त्याला.'
वस्तादकाकांचे हे बोल ऐकताच सखाराम म्हणाला,
'काका, ही पेटी बघा. आम्ही साधे गरीब लोक. कशाला राजकारणात पडतोय? जे पाहिलं, ज्याने हे दिलं ते तुम्हाला सांगितलं. खंडोबाची आन मी खोटं नाय बोलत;
पण काका खंडोजी मेलाय तर काय त्याचं भूत होतं काय आमच्यासोबत?
शक्यच नाही ओ. माणसासारखा माणूसच होता. किती साधा आणि सरळ.'
'गप्प बसा,' काका ओरडले.
'काय माहिती काय आहे खंडोजीबद्दल तुम्हास्नी? या हातांनी लहानाचा मोठा केलाय, कुस्ती शिकवली, हत्यारे शिकवली आहेत मी;
पण कर्तव्यापुढे हिंदवी स्वराज्यात कोणालाही मान नाही,'
असे म्हणत वस्तादकाका बोलू लागले,
'ती रात्र आमच्या आयुष्यातील सर्वांत वाईट रात्र होती.
जनावरांची भाषा अवगत असणाऱ्या बाजिंदच्या तावडीतून प्रत्यक्ष आमच्या बहिर्जींनी जर आम्हाला वाचवले नसते तर आज आम्ही जिंवत नसतो.

जीवन-मरणाच्या दारात आम्ही सारे ज्याच्यामुळे उभे होतो तो मात्र लग्नाच्या
बोहल्यावर आनंदाने उभा होता;
पण खुद्द बहिर्जी नाईक आमच्यासोबत होते, त्यामुळे पुढे महासागर जरी आला
असता तरी विजय आमचाच होता.
एक राजकारण घडले त्या रात्री.
यशवंतमाचीच्या जंगलात गस्तीवर असलेल्या मावळ्यांच्या हाती यशवंतमाचीचे
पहिलवान लागले, भीमा जाधव आणि त्याचे सहकारी.
त्यांना कैद करून मावळ्यांनी आमच्या छावणीत बहिर्जी नाईकांच्या समोर
आणले.
घाबरलेला भीमा, 'यशवंतमाचीचा सरदार मला करणार असाल तर मी तुम्हाला
माचीत घुसायची वाट दाखवतो,' असे म्हणाला. त्याने दाखवलेल्या वाटेने
मराठ्यांची सारी सेना यशवंतमाचीचा मार्ग त्या काळोख्या अंधारात चालू
लागली.
खंडोजी आणि सावित्री विवाहाच्या बंधनात अडकल्याचीही बातमी भीमाने
आम्हाला दिली होती.
ती रात्र खंडोजीसाठी काळरात्र ठरली.
कर्तव्यात कसूर करून एका स्त्रीसाठी मराठ्यांच्या विरोधात शस्त्र उचलणारा
खंडोजी, बहिर्जी नाईकांच्या डोक्यातून जात नव्हता. यशवंतमाचीसारख्या
छोट्याशा राज्याला स्वराज्यात आणायला इतका अवधी कसा जातोय, याची
उत्तरे महाराजांना हवी होती.
त्यामुळे खुद्द बहिर्जी नाईकांनी या मोहिमेत स्वतःहून भाग घेतला होता.
नाईक स्वतः मोहिमेत असले, की मावळ्यांना प्रत्यक्ष शिवछत्रपती सोबत
असल्याचा अनुभव येत असे. त्यामुळे जवळपास विजयाची माळ आमच्याच
गळ्यात पडणार असे वाटत होते.
यशवंतमाचीच्या आत आम्ही सारे पोहोचलो.
काही करून राजे येसाजीरावांना कैद करायची योजना आखली गेली.
मध्यरात्र उलटून गेली होती. त्या किर्र रात्रीत साखरझोप घेणाऱ्या यशवंतमाचीत
मराठ्यांची पहिली आरोळी घुमली.
'हर हर महादेव,' 'छत्रपती शिवाजी महाराज की जय!'
मराठ्यांच्या आरोळीने झोपलेल्या माणसांच्या अंगावर विस्तू पडून दचकून जाग
यावी, अशी यशवंतमाची जागी झाली.
शिर्के मंडळीसुद्धा युद्धाला तयार झाली.
हजारभर मराठे विरुद्ध कित्येक शिर्के मंडळी आता एकमेकांविरुद्ध तुटून पडणार

होती. एव्हाना मराठ्यांनी यशवंतामाचीची त्रेधा उडवणे सुरू केले.
कित्येक घरे जाळून टाकली, जीव वाचवून कित्येक लोक रस्त्यावरून धावत सुटले.
मराठ्यांच्या फौजेचे वैशिष्ट्य म्हणजे शत्रूच्या कुटुंब कबिल्याला कधीही प्राणदंड दिला जात नसे. कित्येक शिर्के मंडळी रस्त्यावरून धावू लागली.
सारी यशवंतमाची भीतीने थरथर कापत होती.
दरम्यान, यशवंतमाचीच्या बालेकिल्ल्यातून शूर शिर्क्यांची चिवट सेना नदीला पूर यावा तशा त्वेषाने हातात नंग्या समशेरी घेऊन बाहेर पडली.
'काळभैरवाच्या नावानं चांगभलं.'
तलवारीचे घाव एकमेकांवर पडू लागले.
मराठे विरुद्ध मराठे लढू लागले.
हेच शिवाजी महाराजांना नको होते. म्हणून कित्येक वर्षे यशंवतमाचीकडे महाराजांनी काणाडोळा केला होता;
पण परकीय शत्रूपेक्षा स्वकीय शत्रूच जास्त घातक, हा अनुभव महाराज साऱ्या आयुष्यभर घेत आले होते.
आता निर्वाणीचा क्षण होता, रामराज्य आणायचे असेल तर रावण स्वकीय आहे म्हणून गप्प बसून चालणार नव्हतं.
आज शिर्के विरुद्ध मावळे घनघोर युद्धास प्रारंभ झाला होता.
कसे काय देव जाणे; पण खुद्द बहिर्जी नाईक या युद्धात होते.
पूर्वनियोजन करून त्यानुसार तंतोतंत आखणी करण्याचं काम नाईकांचं असलं तरी प्रत्यक्ष लढाईमध्ये त्यांचा सहभाग कमी असे.
आजवर बहिर्जी नाईक प्रत्यक्ष युद्धात फार कमी उतरले होते.
नाईकांच्या युद्धनीतीने मराठ्यांची सेना शिर्क्यांच्या विरोधात लढत होती.
यशवंतमाचीशी वैर करून त्यांच्याच विरोधात भीमा जाधवही लढत होता;
पण या साऱ्या दंग्यात खंडोजी कुठे होता?
तो तर सर्वांत पुढे येऊन लढायला हवा होता. आता तर यशवंतमाचीचा जावई होता तो;
पण खंडोजी कुठेच दिसत नव्हता.
त्यांच्याकडे लक्ष द्यायला कोणाला वेळ होता?
जीवघेण्या लढाईला प्रारंभ झाला.
भीमा जाधवाने शिर्क्यांचा संहार मांडला होता. त्याच्या तलवारीच्या घावाखाली कित्येक शिर्के मंडळी मृत्युमुखी पडू लागली.
भीमाच्या भोवती अनेक शिर्क्यांनी कडे केले होते, तरीही भीमा मागे हटत

नव्हता. मारामारीत भीमा चांगलाच दूर गेला. दिसेनासा झाला. तलवारींचा खणखणाट तेवढा ऐकू येत होता.

बहिर्जी नाईकांनी यशवंतमाचीच्या राजवाड्यावर हल्ला चढवला. काही क्षण भूतकाळात जमा झाले आणि माचीवर हिंदवी स्वराज्याचा भगवा झेंडा फडकू लागला.

अनेक वर्षे गुर्मीत राहून महाराजांशी अभिमानाने वैर मिरवणारी यशवंतमाची हिंदवी स्वराज्यात सामील झाली.

राजवाड्यात मात्र राजे येसाजीराव शिर्के, त्यांचा कुंटुबकबिला जाग्यावर नव्हता. युद्धाच्या घोषणा झाल्या त्यावेळी गुप्तवाटेने ते पसार झाले असावेत. माची मात्र स्वराज्यात सामील झाली.

एक घटना मात्र खूप वाईट, तितकीच चांगलीही घडली.

खंडोजी मराठ्यांच्या हाती जिंवत गवसला.

खुद्द बहिर्जी नाईकांनी त्याला चोरवाटेने पळून जाताना पकडले होते.

तोंडावर काळे अवलान बांधून त्याला हात बांधून धक्के मारत सर्वांसमोर आणले गेले.

यशवंतमाची हिंदवी स्वराज्यात सामील झाल्याचे वृत्त रायगडावर रवाना झाले. माचीच्या रक्षणासाठी मराठी फौज ठेवत नाईक आणि वस्तादकाका खंडोजीला घेऊन रायगडावर आले.

खंडोजीसारख्या निष्ठावान हेराची गद्दारी? कोणत्या तोंडाने महाराजांना सांगावी? महाराजांना अशा गोष्टी न सांगणेच हितकारक असते.

खंडोजीने कर्तव्यात कसूर करून, एका स्त्रीच्या मोहमायेत अडकून आपल्याच बांधवांना कित्येकदा धोक्यात आणले, त्यांच्याविरुद्ध शस्त्र चालवले. त्याच्या या वागण्याने मराठ्यांच्या गुप्त मोहिमेला आणि हेरखात्याच्या नियमांना तडा गेला. कित्येक मराठे मृत्युमुखी पडले, कित्येक बायका विधवा झाल्या, असा ठपका त्याच्यावर ठेवला गेला.

साऱ्या रायगडच्या काळजात धस्स झालं, अशी कठोर शिक्षा खुद्द बहिर्जी नाईकांनी फर्मावली.

'कडेलोट.'

होय, अशा फितुरांना स्वराज्यात एकच शासन, मृत्युदंड!

भल्या पहाटेच खंडोजीचे हात मागे बांधून तोंड काळ्या वस्त्राने बांधून त्याला टकमक टोकावर आणले गेले.

वस्तादकाका स्वत: पाठीमागे उभे होते.

या हातांनी ज्याला लहानाचे मोठे केले, कुस्तीसह हत्यारे शिकवली, हेरखात्यात

नोकरी मिळवून दिली अशा पोराला आज स्वत:च्या हाताने मरण द्यायचे होते.
वस्तादकाकांनी बहिर्जी नाईकांना हात जोडून विनवणी केली,
'नाईक, माझी आजवरची सेवा, चाकरी रुजू धरून एक डाव या खंडोजीला माफी करा. या पोरानं आजवर जिवावरच्या कामगिऱ्या आपल्या सोबत केल्या आहेत.
अशीही यशवंतमाची स्वराज्यात सामील झाली असताना त्याला इतकी भयानक शिक्षा कशासाठी?'
'कशासाठी? आज खंडोजीला माफ केले तर जे स्वराज्यात फिरणारे हजारो हेरसुद्धा स्वार्थापोटी संसार थाटून बसतील, वस्तादकाका.
साधारण माणसाचे आयुष्य वेगळे आणि स्वराज्याचे हेरखाते वेगळे आहे, हे तुम्ही जाणता.
इथे उठताबसता मरणाशी सामना करत आपण जगतो आणि आपल्यामुळे महाराष्ट्राची प्रजा आज सुखात आहे.
महाराजांची शिस्त, त्यांची शिकवण, त्यांचा त्याग डोळ्यांसमोर आणा काका. तो एका पारड्यात टाका आणि खंडोजीचा गुन्हा दुसऱ्या पारड्यात. कोणाचे पारडे जड होईल तुम्हीच ठरवा.
खंडोजीच्या वैयक्तिक सुखासाठी कित्येक मावळे तलवारीच्या घावाखाली मेले. ज्या शिर्क्यांच्या मुजोरीने आदिलशाही महाराजांना कमी लेखत होती, त्या यशवंतमाचीची महत्त्वाकांक्षी मोहीम आपण खंडोजीला दिली आणि घात करून बसलो.
आज रायगड परिसरात अनेक स्वकीय राज्ये स्वराज्यात नाहीत. एका यशवंतमाचीला जिंकायला इतका वेळ तर मग इतर राज्यांचे कसे होईल?
महाराजांच्या डोक्यात दक्षिण दिग्विजय थैमान घालत आहे आणि इकडे हिंदवी स्वराज्याची राजधानी असलेल्या रायगडाच्या दिव्याखाली अंधार.
हा ठपका महाराजांच्यावर येतो काका. देशाचा विचार करा. म्हणजे खंडोजीवरील तुमचे वैयक्तिक प्रेम कुठे आहे ते तुम्हाला समजेल.'
बहिर्जी नाईक संतापाने फुलले होते.
पाठमोरे उभे राहून ते भरल्या डोळ्याने सांगत होते.
खंडोजीवर साऱ्यांचे प्रेम होते.
मनमिळाऊ स्वभाव, कुस्तीत-हत्यारे चालवण्यात पटाईत, महाराजांच्यावर अढळ श्रद्धा या गुणांमुळे तो सर्वांच्या मनात बसला होता;
पण असा योद्धा एका स्त्रीसाठी असा का वागू शकतो, याचे कोडे सर्वांना पडले होते.

महाराज गप्प का होते हे कोडे उलगडत नव्हते.
कदाचित दक्षिण दिग्विजयाच्या तयारीमुळे त्यांना वेळ नसेल.
वस्तादकाका हुंदके देत पुढे सांगू लागले,
'खंडोजीला टकमक टोकावर आणलं गेलं.
टकमकाखालून थंडगार वारे वर येत होते.
पहाटेच्या नीरव शांततेत सारे स्वराज्य झोपी गेले होते. स्वराज्यासाठी अहोरात्र जगलेला, पण कर्तव्यात चुकलेला एक हेर आता मरणाच्या दारात उभा होता. वस्तादकाकांनी डोळे पुसत त्याला धरून आणलेल्या हशमांना खूण केली. एक क्षण गेला आणि दुसऱ्याच क्षणी खंडोजीला टकमक टोकावरून खाली ढकलून दिले गेले.
हजारो हात खाली, एका मोठ्या खडकावर आपटला आणि खाली खोल निबिड अरण्यात रक्ताने माखलेला खंडोजी गतप्राण झाला.
सूर्य उगवला.
हजारो सूर्यकिरणांनी रायगड उजळून निघाला; पण गडावरील कोणाचेच लक्ष कामात नव्हते. सर्वांच्या मुखात एकच नाव होते खंडोजी.
आज एक नवीन अध्याय लिहिला गेला.
स्वराज्यात फितुरांना क्षमा नाही. इथे भावनेपेक्षा कर्तव्य श्रेष्ठ असते.
खंडोजीचा अध्याय संपला.
यशवंतामाचीवर भगवा ध्वज अभिमानाने डोलू लागला.
राजे येसाजीराव आणि जिच्यामुळे खंडोजीला प्राण गमवावे लागले ती सावित्री चोरवाटेने विजापूरकडे रवाना झाले.
भीमा जाधव शिर्क्यांच्या हातून ठार झाला.
यशवंतमाचीच्या मोहिमेने खंडोजीसारख्या निष्ठावान हेराचा बळी मात्र नक्कीच घेतला होता. एका स्त्रीच्या मोहपाशात कर्तव्य विसरलेला हेर खंडोजी.
वस्तादकाकांना हुंदके आवरत नव्हते. सखाराम आणि त्याच्या साथीदारांची मात्र पाचावर धारण बसली होती. खंडोजी मरून गेला आहे, तर आम्हाला इथवर आणले तरी कोणी? भीतीने त्यांचे सर्वांग थरथरत होते.

३२

सखाराम व त्याचे सवंगडी वस्तादकाकांसोबत त्या भयानक जंगलात प्रवेशले. त्यांना पाहताच जंगलात पशू-पक्ष्यांनी कोलाहल माजवला होता.
कोणाला समजेना नक्की काय होत आहे; पण वस्तादकाकांनी ताडले, की आपण कुठे आलो आहोत.
त्यांच्या तोंडातून नकळत शब्द बाहेर पडले,
बाजिंद..बाजिंद...
इ.सन २०१३ सांगली
(स्थळ-बाणुरगड, बहिर्जी नाईक समाधीस्थळ)
तहान-भूक विसरून बाजीराव ही चित्तथरारक कथा किसन धनगराच्या तोंडून ऐकत होता.
एव्हाना सूर्य जवळपास मावळतीकडे झुकत चालला होता. आकाशात पावसाळी ढगांची गर्दी कमी झाली होती; मात्र श्रावणातील तुरळक सारी अधूनमधून किल्ले बाणुरगडावर तुषार शिंपडत होत्या.
बाजीराव जाधव हा महाराष्ट्राच्या सांगली जिल्ह्यातील पलूस गावचा साधारण तिशीचा युवक. अखंड देशसेवा करणाऱ्या जाधव घराण्यात त्याचा जन्म झाला. वयाच्या सोळाव्या वर्षीच त्याने भारतीय सैन्यदलात नोकरी स्वीकारून देशसेवेचे अखंड व्रत अव्याहतपणे जपले. १९९९ साली कारगिलच्या लढाईत त्याने त्याच्या पराक्रमाची चुणूक दाखवली. त्याच्या या कामगिरीवर खुश होऊन भारत सरकारने त्याला शौर्य पदक दिले आणि वरिष्ठ पदावर नेमणूक केली.
चौकस बुद्धी, धाडस, शौर्य याच्या जीवावर बाजीराव भारतीय गुप्तहेर खाते 'रॉ' मध्ये रुजू झाला.
देशाबाहेर गुप्त कारवाया करून देशाचे रक्षण करणे हे त्याचे मुख्य उद्दिष्ट होते. कारगिल युद्धानंतर त्याने बाहेरील देशात गुप्तपणे वावरून अनेक गुप्त बातम्या भारतीय सेनेला पुरवल्या होत्या.

साधारण सहा महिन्यांपूर्वीची ही गोष्ट असेल.

अमेरिकेत जागतिक सुरक्षा परिषद आयोजित करण्यात आली होती.

देशोदेशीचे संरक्षण सेवेतील अधिकारी या परिषदेला उपस्थित होते. बाजीराव जाधव यालाही भारतीय सेनेतर्फे जाण्याचे आमंत्रण मिळाले होते.

यावेळी बाजीराव गुप्तहेर म्हणून नव्हे तर भारतीय सैन्यदलाचा अधिकारी म्हणून इथे आला होता.

अनेक देशांचे अनेक अधिकारी तिथे भेटले. जागतिक सुरक्षा आणि दहशतवाद या मुद्द्यावर अनेकांची भाषणे झाली.

परिषद संपली आणि बाजीराव आपल्या कारमधून विमानतळाकडे जाणार, इतक्यात एका सुंदर परदेशी मुलीने त्याला थांबवले.

तिला पाहताच बाजीराव आनंदित झाला...तिला उद्देशून तो मध्येच बोलला,

'नमस्ते...जगातील सर्वांत खतरनाक गुप्तहेर खात्याची अधिकारी साराह चक्क माझ्यासमोर ...'

बाजीरावच्या या प्रश्नाला हसतपणे स्वीकारत ती म्हणाली,

'नमस्ते! अरे मी इथे गुप्तहेर म्हणून नव्हे तर माझ्या देशाची प्रतिनिधी म्हणून आले आहे. तुला पाहिले आणि राहवले नाही म्हणून इथे आले.'

साराह आणि बाजीराव हे तीन वर्षांपूर्वी इस्त्राईल येथे भेटले होते.

साराह ही इस्त्राईल गुप्तहेर संघटना 'मोसाद'ची एक तरुण, तडफदार अधिकारी होय.

मोसाद एक अशी गुप्तहेर संघटना, जिच्या हिटलिस्टवर जर एखाद्याचे नाव चढले तर प्रत्यक्ष देवसुद्धा त्याला वाचवू शकत नव्हता, असे म्हटले जात असे. एका तुटपुंज्या देशाची ही छोटीशी गुप्तहेर संघटना असामान्य कर्तृत्त्व, अलौकिक बुद्धिचातुर्य आणि अमर्याद धाडसाने आपल्या छोट्याशा देशाचे गेली पन्नास वर्षे रक्षण करते आणि सतत जिंकते.

जगातील सर्वोत्तम, सर्वोत्कृष्ट गुप्तहेर संघटना कोणती, तर डोळे झाकून उत्तर येते 'मोसाद.'

ज्यू धर्मीय लोकांची ही तुफानी गुप्तहेर संघटना जगातील सर्व देशांत काम करते. तिथे लपलेल्या त्यांच्या देशाच्या शत्रूला स्वत: शोधते आणि त्यांच्या देशातून आपल्या देशात गुप्तपणे आणते आणि देशात आणून त्याला शिक्षा देते. शिक्षा दिल्यानंतर सर्व जगाला समजते, की अमुक अमुक व्यक्तीला शिक्षा दिली गेली. इतकी खतरनाक ही संघटना.

अशा गुप्तहेर संघटनेत दहा दिवसांच्या प्रशिक्षणासाठी बाजीराव तीन वर्षांपूर्वी इस्त्राईलला गेला. तेव्हा तो साराहला भेटला.

तिच्याकडून खूप काही शिकून घेतले त्याने. दहा दिवसांत त्यांची अतिशय घनिष्ठ मैत्री झाली होती;
पण तीन वर्षांनंतर आजही साराहने बाजीरावला ओळखले.
बाजीराव आणि साराहच्या विमानांसाठी दोन-तीन तास अवकाश होता. म्हणून ते एका हॉटेलात कॉफी प्यायला गेले.
कॉफी घेत दोघांच्या चर्चेला सुरवात झाली.
बाजीराव म्हणाला,
'साराह, तू इतक्या वर्षांनंतर मला अचूक कसे ओळखलेस?
मला तर वाटले ज्याला सारे जग घाबरते अशा संघटनेची एक वरिष्ठ अधिकारी स्वत:च्याच अभिमानात असेल; पण तू अजूनही मला लक्षात ठेवलेस...नवल आहे.
किंचित स्मितहास्य करत साराह बोलली,
'अरे , असे नको बोलू रे...जगात सर्वांना आम्ही विसरतो; मात्र भारतीयांना कधीच नाही.
आमचे ज्यू लोक साऱ्या जगात विस्थापित झाले; पण जिथे तिथे त्यांच्यावर अन्यायच झाला होता.
एकमेव भारत असा देश आहे जिथे ज्यू धर्मीय सुखासमाधानाने आहेत.
आज आमचा देश सर्व बाबतीत बलाढ्य होत आहे. जगभरातील विस्थापित ज्यूंना परत देशात या, असे आम्ही आवाहन करतो. बरेच लोक आलेही; पण भारतातील ज्यू म्हणतात, आता भारत हाच आमचा देश आहे. इथली माती हीच आमची माती आहे.
काय जादू आहे रे तुमच्या देशातील मातीत...सर्वांना या म्हणते, इथे रहा म्हणते आणि आईसारखी मायाही करते. खरोखर तुम्हा भारतीय लोकांबद्धल खूप आदर आहे आमच्या मनात!'
एक परदेशातील मुलगी...जी एका बलाढ्य गुप्तहेर संघटनेची अधिकारी असून आपल्या देशाबद्धल असे उद्गार काढते, हे ऐकून बाजीरावच्या डोळ्यांत अश्रू आले. साराह पुढे म्हणाली,
'अरे, हे काहीच नाही. जरी आम्ही जगात श्रेष्ठ ठरलो असलो, तरी आम्हाला अभ्यासक्रमात तुमचा इतिहास आहे, तुमच्या महाराष्ट्राचा इतिहास आहे. शिवाजी महाराज आम्हाला शिकवले जातात आणि आमच्या गुप्तहेर प्रणालीचा आत्मा आहे...बहिर्जी नाईक...!'
बहिर्जी नाईक हा शब्द ऐकताच बाजीरावच्या डोक्यात झिणझिण्या आल्या. त्याच्या अंगावर सरसरून काटा आला....डोळ्यांत अश्रू तरळले.

त्याच्याकडे पाहताच साराह म्हणाली,

'तुझ्या डोळ्यांत पाणी का? माझं काही चुकलं का?'

नकारार्थी मान हलवत बाजीरावने डोळे पुसले आणि बोलू लागला,

'नाही साराह...तुला माहिती नाही, तू ज्यांचे नाव उच्चारले त्या बहिर्जी नाईकांची समाधी जिथे आहे तिथेच जवळ माझे जन्मगाव आहे.

मी लहानाचा मोठा तिथे झालो; पण कधीही बहिर्जी नाईक काय होते हे जाणून घेतले नाही.

आज त्यांचे नाव तुझ्यासारख्या विद्वान मुलीच्या तोंडून ऐकले आणि मी पुरता खजील झालो आहे.

काय बोलावे ते सुचतच नाही.'

बाजीरावचे ते बोलणे ऐकताच साराह म्हणाली,

'अरे, तू खूप भाग्यवान आहेस. आमची काम करायची पद्धत तुमच्या बहिर्जी नाईक गुप्तहेराची आहे.

त्यांनी शिवाजी महाराजांची आग्ऱ्याहून सुटका कशी केली, कसे सुरत लुटले...आणि बरंच काही आम्ही शिकलो आहोत.'

साराह बोलत होती आणि बाजीराव ऐकत होता.

बाजीराव साराहचा निरोप घेऊन विमानतळावर आला.

प्रवासात डोक्यात फक्त आणि फक्त एकच विचार घुमत होता...बहिर्जी.

किती मूर्ख आहोत आपण आणि आपले लोक.

साऱ्या जगाला घाबरून सोडणारी मोसाद ही मराठ्यांचा देदीप्यमान इतिहास अभ्यासून मार्ग ठरवते आणि आम्ही रक्ताचे मराठे आज तुटपुंज्या देशाचा दहशतवाद गेली पन्नास वर्षे सहन करतो आणि सतत अपयशी ठरतो. त्याच्या डोक्यात आग लागली होती.

त्याला आता एकच भूक लागली होती बहिर्जी नाईक समजावून घेण्याची.

तो दिल्लीत आला.

परिषदेतील सर्व बाबी त्यांनी अधिकाऱ्यांना सांगून तीन महिन्यांची रजा मागून घेतली.

दिल्लीत बऱ्याच ग्रंथालयांत त्याने बहिर्जी नाईक यांच्याबद्दल माहिती मिळते का पहिली; पण जेमतेम माहितीशिवाय काही हाती लागले नाही.

तीन महिन्यांच्या सुट्टीवर तो त्याच्या जन्मगावी पलूस येथे आला.

घरी आल्यानंतर त्याला आतुरता होती, बहिर्जी नाईकांच्या समाधी दर्शनाची.

बानुरगड, पलूस पासून जेमतेम वीस-बावीस किलोमीटरवर आहे तो प्राचीन किल्ला.

त्याने सकाळीच बुलेटला किक मारली आणि थेट बाणूरगड गाठला.

वासरू जसे गाईसाठी कासावीस होते, अगदी तशीच बाजीरावच्या मनाची अवस्था होती.

कधी एकदा जातो आणि बहिर्जी नाईकांच्या समाधीवर डोके टेकवतो असे त्याला झाले होते.

गडाखाली गाडी लावून तो वर चढू लागला.

गड फारसा उंच नसल्याने काही वेळातच तो माथ्यावर पोहोचला.

तिथे समोर भगव्या रंगाने रंगवलेला समाधीचा चबुतरा दिसल्यावर धावतच तिथे जाऊन त्याने आपले डोके समाधीवर टेकवले.

असे वाटले, की या दगडी चिरेत लपलेल्या अस्थींचे आणि माझे जन्मोजन्मीचे नाते असावे.

त्याने गुडघे टेकले, तिथली माती कपाळावर लावली आणि तो धाय मोकलून रडू लागला.

त्याचे अश्रू गडाच्या मातीत पडले आणि आभाळात ढगांनी गर्दी केली.

जणू त्याच्या दु:खात सारा निसर्गच सामील झाला. सरसर सरी कोसळू लागल्या आणि त्या पावसात बेभान होऊन बाजीराव रडत होता.

पाऊस थांबला; मात्र बाजीरावचे हुंदके काही कमी होत नव्हते.

तो मनाशीच बोलत होता, 'किती कमनशिबी आहे मी.

बहिर्जी नाईक यांची समाधी इतक्या जवळ असून, मला त्यांच्याबद्दल काही माहिती नसावी.'

श्रावणातील ऊन-पावसाचा खेळ सुरू होता. क्षणात रिमझिम पाऊस आणि क्षणात ऊन पडत होते.

बाजीरावने सारा गड पालथा घातला. काही केल्या तिथून त्याचा पाय निघेना.

सूर्य माथ्यावर आला आणि हताश मनाने बाजीराव गुडघे टेकून समाधीपुढे बसून राहिला.

तितक्यात पाठीमागून कोणीतरी त्याच्या पाठीवर हात ठेवला.

दचकून त्याने मागे पाहिले. क्षणात तो सावध झाला होता.

वयाची सत्तरी ओलांडलेले एक वयोवृद्ध गृहस्थ उभे होते.

धिप्पाड देह, अंगावर मळकटलेले कपडे, गळ्यात चांदीची पेटी, कपाळावर भंडारा असे ते गृहस्थ गच्च भिजले होते.

काळेभोर डोळे, पायात जाड कोल्हापुरी पायताण, हातात कानाबरोबर उंचीची काठी आणि सिंहासारखे आयाळ असलेली पांढरी दाढी...

बाजीरावकडे गंभीरपणे पाहत तो म्हातारा गृहस्थ बोलला,

'कोण रं तू?
हिकडं मरायला पण कोण फिरकत नाय आणि तू भर पावसात हितं काय करतोय?'
या आकस्मिक प्रश्नाने भानावर येऊन बाजीराव म्हणाला,
'मी पलूसचा आहे मामा...बहिर्जी नाईकांच्या समाधीच्या दर्शनाला आलो होतो.
मिलिटरीमध्ये असतो कामाला!
पण तुम्ही कोण? तुम्ही काय करताय इतक्या पावसात इकडे?'
बाजीरावच्या त्या प्रश्नावर तो म्हातारा उत्तरला,
'आरं मी धनगर हाय, असतो शेळ्या-मेंढ्या घेऊन डोंगर-दऱ्यांत.
किसन नाव माजं.
गड्या, लय नवाल वाटलं...हयात गेली बानुरगडावर येतुय...पण बहिर्जी नाईकांच्या दर्शनाला येणारे लय कमी जन असत्यात. बाकी सगळी टिंगल टवाळकी करणारीच जास्त येत्यात. बरं वाटलं!
बाजीरावने विचारलं,
'मामा, तुम्हाला बहिर्जी नाईक यांच्याबद्दल काय माहिती आहे?
असेल तर मला सांगाल?'
बाजीरावच्या डोळ्यांत बहिर्जींच्या विषयी प्रचंड भूक त्या किसन धनगराला दिसली आणि तो मोठ्या आनंदाने म्हणाला,
'गड्या, बहिर्जी असं उभ्या उभ्या नाय समजायचं तुला! लय मोठी कहाणी हाय!'
यावर बाजीराव बोलला,
'मामा, सारी रात्र इथे थांबायला तयार आहे. काय माहिती असेल तुम्हाला तर सांगा मला.'
मोठा श्वास घेऊन किसन धनगर म्हणाला, 'चल...त्या दगडावर बसू!'
ते दोघेही समोर असलेल्या दगडावर बसले.
मला आजवर ही कहाणी सांग म्हणणारा कोणी भेटला नव्हता पोरा! मला वाटायचं, की मी ही कहाणी कोणाला न सांगताच मरतोय की काय!
पण इचारल्याशिवाय कोणाला ही कहाणी सांगितली तर त्याचा काय उपयोग नाही. मला वाटतंय तुला देवानंच धाडलंय माज्याकडं!
पोरा, माजं वय ८० च्या वर झालंय. आम्ही मूळ हितलं नाय. आमचा मूळ माणूस रायगडच्या डोंगरकपारीत रहात व्हता, ज्याच्या आयुष्यात बहिर्जी नाईक आले आणि आमच्या कुळीचं सोनं झालं. आमची ही तेरावी पिढी हाय नाईकांना सोडून आम्ही राहिलो नाय. आजपण या समाधी भवतीच माझा जीव

घुटमाळतोय रं,
सखाराम धनगर आमचा मूळपुरुष!
आमच्या साऱ्या कुळीत ही कथा एका पिढीतून दुसऱ्या पिढीत सांगितली जाते.
आमची कुळी सोडली तर ही कथा कुणाच्या बालासुद्धा ठावी नाय;
पण आता माझ्या मागं रडणारं बी कोण उरलं नाय आणि मनातली ही कहाणी
सांगायला त्या मापाचा कोण भेटला बी नाय.
ऐक...मी तुला बहिर्जी नाईक आणि माझा मूळ वंशज सखारामच्या आयुष्यातली
ही कथा सांगतोय...
आणि रायगडच्या काळजात वसलेल्या धनगरवाडीच्या सखारामची कथा त्याचा
तेरावा वंशज किसन धनगर भारतीय गुप्तहेर खात्याचा अधिकारी बाजीराव
जाधवला सांगू लागला,
'बाजिंद...बाजिंद ...'
'मामा, सांगा पुढं काय झाल....?'
वस्तादकाका व सखाराम सारे जण बाजिंदच्या जंगलात आले होते का?
खंडोजी कुठे गेला यावेळी?
खंडोजी म्हणून बहिर्जी नाईकांनी सखारामला मदत का केली?
राजे येसाजीराव आणि सावित्री कुठे गेली?
बाजिंदचे पुढे काय झाले?
सांगा मामा मला...
किसन धनगर उठला आणि म्हणाला,
'चल पोरा, नाईकांच्या समाधीला दिवा लावूया. पुढची कथा दिवेलागणीनंतर
सांगतो...ऊठ...!'

३३

बहिर्जी नाईकांच्या समाधीला दिवा लावून, त्यावर माथा टेकवून किसन धनगर आणि बाजीराव दिव्याच्या प्रकाशात बसले.
पावसाने गडावर थंड वातावरण झाले होते; मात्र बाजिंदच्या उत्कंठावर्धक कथेने बाजीरावच्या उरात मात्र आग पेटली होती.
किसन धनगराने समाधीवर लावलेल्या दिव्याकडे पाहत भूतकाळातील स्मृती शब्दांत मांडायला सुरवात केली.
सखारामने वस्तादकाकांना ज्या जंगलात आणले होते, ते बाजिंदचेच जंगल होते.
त्या साऱ्यांची चाहूल लागताच जंगलातील किडा, कीटक, मुंगी, पशू, पक्षी एकदम कोलाहल माजवू लागले. त्याबरोबर काकांना समजले, की आपण बाजिंदच्या जंगलात आहोत. काही क्षणांतच बाजिंद आपल्यासमोर येणार, हेही वस्तादकाकांना लक्षात आलं.
झेपा टाकत जंगलातील अनेक हिंस्त्र पशू समोरच्या झाडावर बसले.
अनेक विषारी सर्पांनी झाडाच्या फांद्यांना वेढे दिल. पक्ष्यांनी आकाशात गर्दी केली.
एक धिप्पाड व्यक्ती वाघ-सिंहाच्या समवेत समोरून येऊ लागली.
ती चाल, ती नजर वस्तादकाकांना ओळखीची वाटली.
वाटली नव्हे. ओळखीचीच आहे.
हा तर, हा तर.
'माझा खंडोजी, माझा खंडेराय,'
काकांच्या तोंडातून शब्द बाहेर पडले.
सखारामच्या नजरेने मात्र या अनोळखी चेहऱ्याला ओळखले नव्हते.
तो विचार करू लागला, 'हा खंडोजी?
तर मग बाजिंद कुठे आहे?

आमच्यासोबत चार दिवस फिरला तो खंडोजी कोण होता मग?'

त्या व्यक्तीने गूढ आवाज केला आणि सोबत आलेले सारे प्राणी माघारी जंगलात जाऊ लागले.

पुढे येत भावनाविवश होऊन खंडोजी वस्तादकाकांच्या पाया पडला आणि मिठी मारून रडू लागला,

'काका!'

खंडोजीच्या त्या रडण्याने काकांनाही भावना अनावर झाल्या.

काही क्षण भूतकाळात गेले. खंडोजी भानावर येऊन म्हणाला,

'काका, खूप वाट पाहीली तुमची. या कर्तव्याच्या फेऱ्यात तुमच्यासारख्या गुरुजनांचा विरह सहन करणे ही मृत्यूपेक्षाही भयानक गोष्ट होती.'

यावर काका उत्तरले,

'खंडेराया, अरे हा सारा काय प्रकार आहे?

तुझा तर या हातांनी कडेलोट केला होता आम्ही. तुझ्या जाण्यानंतर हा हाडामासाचा देह कसा तारला आहे माझ्या जीवाला माहीत. आता केवळ उपचारापुरता जिवंत आहे रे; पण तू जिवंत कसा काय?

हे धनगरवाडीचे लोक. यांना तूच रायगडपर्यंत पोहोचवलेस ना?'

एक दीर्घ श्वास घेत खंडोजी उत्तरला,

'नाही काका, यांना रायगडपर्यंत पोहोचवले ते खुद्द बहिर्जी नाईकांनी.'

बहिर्जी नाईक हा शब्द उच्चारताच वस्तादकाकांच्या अंगावर काटा आला.

काय?

खुद्द नाईक? पण का हा असा खेळ?

'सांगतो काका, चला आपण जंगलातील गुप्त गुहेत जाऊया.'

वस्तादकाका, सखारामसह त्याचे सवंगडी खंडोजीसोबत त्या जंगलातील गुप्त गुहेत जाऊ लागले.

डोंगर-दऱ्यांत वसलेल्या त्या घनदाट जंगलातील एका तळ्याजवळ एक धबधबा वाहत होता. त्या धबधब्याखालून आत गेलं, की एक अंधारी चोरवाट होती.

त्या चोरवाटेने हे सारे लोक गुप्त गुहेत पोहोचले.

गुहेत अनेक लोक आपापल्या कामात व्यस्त होते.

मशालीच्या उजेडात ती गुहा उजळून निघाली होती. खंडोजीला पाहून सारे लोक उठून मुजरे करू लागले. त्या मुजऱ्याचा स्वीकार करत खंडोजीने वस्तादकाकासह सर्व लोकांना एका गुप्त कक्षात नेले.

आतून कक्षाचे दार बंद करण्यात आले.

समईच्या उजेडात आतला कक्ष उजळला होता. समोरच आई तुळजाभवानीचे

तैलचित्र लावले होते.
भिंतीवर ढाल, तलवारी होत्या.
समोरच्या मंचकावर खंडोजीने सर्वांना बसण्याची खूण केली. सर्व बसले.
औपचारिक बोलण्याला बगल देत वस्तादकाकांनी खंडोजीला मुख्य प्रश्न केला,
'खंडेराया, आता वेळ न घालवता सांग, हा काय प्रकार आहे?'
बाजिंदच्या जंगलात तू कसा? ही जनावरे तुझे ऐकतात. म्हणजे तुलाही बाजिंदचे गूढ ज्ञान येत आहे?
सर्वांत महत्त्वाचे, तू जिवंत कसा?'
खंडोजी हसला आणि बोलू लागला,
'काका, ही सारी कहाणी घडवली ती बहिर्जी नाईकांनी.'
मोठा श्वास घेऊन खंडेराय त्याचा भूतकाळ सांगू लागला,
'त्या दिवशी तुम्ही मला यशवंतमाचीत भेटायला आलात आणि बहिर्जी नाईक माझ्यावर नाराज आहेत, असे सांगून मला त्वरित त्यांची भेट घ्यायला सांगून निघून गेलात. तोवर जे घडले ते माझ्या बुद्धीने घडले;
पण बाजिंदची गूढ ज्ञानाची वही घेऊन मी नाईकांच्या गुप्त ठिकाणी असलेल्या एका गुहेत सुरक्षित ठेवायला गेलो आणि वही ठेवून मी परत यशवंतमाचीत जाणार इतक्यात त्या गुहेत खुद्द नाईक मला भेटले.
जो वृत्तांत मी तुम्हाला सांगितला, तोच वृत्तांत मी नाईकांना सांगितला.
सावित्री व माझे प्रेम, बाजिंदची गूढ कथा सर्व काही.
बराच विचार करून नाईकांनी मला नियोजन बदलण्यास सांगितले.
आणि त्यानुसार मी चालू लागलो.
मराठ्यांची चिवट फौज जिंकणे साक्षात यमालाही अजिंक्य आहे; मात्र मी भीमाचा वापर करून तुमचा हल्ला परतवला.
भीमाने यशवंतमाचीच्या गुप्त खबरा बाहेर देणे सुरू केले होते. त्यायोगे सावित्रीसोबत लग्नाची स्वप्ने रंगवणे सुरू केले होते, हे मला आधीच समजले होते; म्हणून त्याला संपवणे हे गरजेचे होते.
दरम्यान,
बाजिंदचे ते गूढ ज्ञान बहिर्जी नाईकांनी त्याच गुहेत चार-पाच दिवस सतत अभ्यासून आत्मसात केले. जेव्हा तुम्ही बाजिंदच्या हल्ल्यात अडकून मरणाच्या दाढेत होता, तेव्हा बहिर्जी नाईकांनी गूढ आवाजात ती जनावरे परत पाठवली आणि गूढ आवाजात बाजिंदला 'तू परत तुझ्या जंगलात निघून जा. मी तुझी या जंगलात येऊन भेट घेईन,' असे सांगितले.
ठरल्याप्रमाणे भीमा बंड करून उठणार, हे मला माहीत होते. तेव्हा त्याला

हाकलून लावून मुद्दाम तुमच्या वाटेला पाठवले आणि त्यानेही तुम्हाला यशवंतमाचीची गुप्त वाट दाखवली.
युद्ध पेटणार याची मला कल्पना होतीच; पण राजे येसाजी व सावित्री सोबत त्यांची नेकजात फौज ही स्वराज्याच्या कामी यावी यासाठी आमचा जीव तुटत होता. तुमच्या निकराच्या हल्ल्याने ते शक्य झाले.
राजे येसाजींनी शिवरायांच्या पवित्र कार्यात योगदान देण्याचे कबूल केले आणि त्या सर्वांना गुप्त वाटेने मी बाजिंदच्या जंगलात पोहोचवले, तिथे ते सुरक्षित होते.
भीमासारखा हरामखोर स्वत:च्या हाताने ठार करण्यापेक्षा बहिर्जी नाईकांच्या आज्ञेनुसार त्याला बेशुद्ध करून काळ्या कपड्यात बांधून त्यांच्या स्वाधीन केला; पण तो खंडोजी आहे, असे सांगून बहिर्जी नाईकांनी मलाच धक्का दिला.
खंडोजी म्हणून भीमाला कडेलोट करून ठार केले. यशवंतमाची स्वराज्यात आली; पण एवढ्यावर थांबतील ते बहिर्जी नाईक कसले.
रायगड परिसरातील किमान शंभरच्या आसपास छोटी छोटी राज्ये शिवरायांचे नेतृत्व अमान्य करून वैर मिरवत होती, ती सारी आज भगव्या झेंड्याखाली आहेत याचे श्रेय जाते केवळ बहिर्जी नाईकांना.
बाजिंदच्या गूढ विद्येचा वापर स्वराज्य कामी व्हावा, ही बाजिंदची इच्छा होती; पण खुद्द बाजिंदलाच स्वराज्याच्या कामात आणून बहिर्जी नाईकांनी इतिहास घडवला.
राजे येसाजी शिर्के यांना केवळ यशवंतमाचीचे नेतृत्व न देता जिंकलेल्या १०० राज्यांचे अधिपती करून, त्यांची ताकद शंभरपट केली.
सावित्रीसारखी रणरागिणी स्वत: हातात तलवार घेऊन इतके दिवस या गुप्त मोहिमेत आमच्यासोबत लढली.
खंडेराया बोलत होता, ते ऐकून वस्तादकाकांच्या डोक्यात झिणझिण्या आल्या. डोळ्यांत पाणी आणून ते बोलू लागले,
'खंड्या, अरे सुरतेची लुट, आग्र्याहून सुटका यासारख्या जीवघेण्या कामगिरीत तू आणि मी सोबत काम केले; पण मी तुला समजू शकलो नाही.
गुप्तता हा स्वराज्याचा आत्मा आहे; पण इतकी बेमालूम गुप्तता राखून तुम्ही जे काही काम केले आहे त्यासाठी या म्हाताऱ्या गुप्तहेराचा तुम्हाला मानाचा मुजरा.'
'नाही काका, उलट मुजरा तुम्हाला असेल आमचा व खुद्द बहिर्जी नाईकांचा. ज्याला करंगळी धरून लहानाचे मोठे केले त्यालासुद्धा कर्तव्यात कसूर केली म्हणून आपण खंडोजी समजूनच कडेलोट केले ना...स्वराज्यात भावनेपेक्षा

कर्तव्य मोठे आहे हा शिवशाहीचा शिरस्ता तुम्ही जगून दाखवलात...तुम्हाला मानाचा मुजरा.'

वस्तादकाका व खंडोजी एकमेकांच्या मिठीत रडू लागले.

त्यांची ती विलक्षण गुरु-शिष्याची भेट पाहून सखाराम, नारायण, सर्जा व मल्हारीसुद्धा रडू लागले.

इतक्यात, गुहेचा दरवाजा वाजला.

खंडोजीने दार उघडले. बाहेर एक हेजीब वर्दी द्यायला आला होता.

तो बोलला, 'दस्तुरखुद्द शिवाजीराजांचे अश्वपथक जंगलाच्या पूर्वेकडून येताना दिसत आहे.'

'राजे येताहेत,' खंडोजी बोलला.

'तू चल पुढे, राजांच्या अश्वांचा ताबा घे. आम्ही क्षणात आलोच.'

मग वस्तादकाकांकडे वळत तो म्हणाला,

'काका चला, महाराज येत आहेत.

सोबत बहिर्जी असावेत. कारण यशवंतमाची जिंकून आसपासच्या शंभर राज्यांची ताकद एकवटली आहे. महाराजांच्या मनातील रायगड परिसरातील काळजी संपली आहे. आता केवळ एकच ध्येय, दक्षिण दिग्विजय, चला सारे.'

वस्तादकाकांच्या जोडीने सखाराम व त्याचे सवंगडी खंडोजीसोबत महाराजांच्या भेटीला निघाले.

बाजिंदच्या जंगलातील बाजिंदची सारी सेना महाराजांच्या दर्शनाला निघाली.

खंडोजी वस्तादकाकांना बोलला, 'काका, अजून काही लोक तुम्हाला भेटायला आतुर आहेत.' ते जंगलात एका ठिकाणी असलेल्या छावणीकडे आले.

'बाजिंद,' खंडोजीने हाक मारताच तो धिप्पाड युवक समोर आला.

ज्याच्या चेहऱ्यावर विलक्षण गांभीर्य होतं.

खंडोजीने बाजिंदला मुजरा केला. तो मुजरा स्वीकारत बाजिंद बोलला,

'खंडोजीराव, हे वस्तादकाका ना?

जी, होय, हेच माझे वस्ताद!'

वस्तादकाकांच्या पायांना स्पर्श करायला बाजिंद खाली झुकला; पण त्यांचा हात मध्येच धरत काका बोलले, 'अहो, ज्यांच्या कहाण्या ऐकून रायगड परिसर हादरून जातो, असे बाजिंद माझ्या पाया पडतात हे ठीक नाही. तुमची महती आम्ही जाणतो.'

यावर हसत हसत बाजिंद उत्तरला, 'नाही काका, तुमच्यासारखे शूर, हिकमती आणि निष्ठावान हेर शिवरायांना लाभले, हे स्वराज्याचे नशीब. तुमचा पट्टा सुदर्शन फिरावा तसा फिरताना आम्ही पाहिले आहे. आम्ही शंभर वर्षे लोकांना

केवळ घाबरवून सोडण्याशिवाय काय केले? आमचे मूळपुरुष बाजिंदच्या अंतिम इच्छेला आता फळ मिळाले आहे. आता आम्ही मरणाला केव्हाही तयार आहोत.'

तितक्यात खुद्द येसाजीराव शिर्के महाराज आणि त्यांची मुलगी सावित्री, सर्व अंगरक्षकांसमवेत तिकडे येताना दिसले.

वस्तादकाकांनी ओळखले. हेच ते राजे शिर्के, ज्यांनी कित्येक वर्षे स्वराज्याला न जुमानता लढा दिला; पण आता वयाच्या शेवटच्या टप्प्यात मात्र भगव्या ध्वजाखाली आले.

त्यांना पाहताच सर्वांनीच मुजरे केले.

खंडोजीने वस्तादकाकांची व राजे शिर्के व सावित्रीची ओळख करून दिली.

'साऊ, ज्यांच्यामुळे हा खंडोजी घडला, हे माझे वस्तादकाका.'

सावित्री पुढे आली आणि तिने वस्तादकाकांचा आशीर्वाद घेतला.

राजे येसाजीराव बोलले, 'वस्तादकाका, आता आम्हीही तुमच्या खांद्याला खांदा लावून लढणार स्वराज्यासाठी.'

सखाराम हे सारे भरल्या डोळ्यांनी पाहत होता. काय ही वेडी माणसे आहेत. वयाचा उत्तरार्ध सुरू आहे, मरण केव्हाही यांना गाठेल असे वय जगत आहेत; मात्र भाषा करत आहेत स्वराज्यासाठी लढायची...खरोखर ही हिंदवी स्वराज्याची मांदियाळी आमच्या नशिबी का नाही...किती दिवस आम्ही संसाराच्या गाडग्या मडक्यासाठी जगायचे? सखारामचे अश्रू अनावर झाले.

दरम्यान, पूर्वेकडून शिंगे, तुतारी, कर्णे गर्जू लागली.

सर्वांनी ताडले की शिवरायांचे पथक आले.

सारे गडबडीने तिकडे जायला निघाले.

जंगलातील त्या पठारी भागात, एका पांढऱ्याशुभ्र घोड्यावर हिंदवी स्वराज्याचा भगवा ध्वज मानाने डौलत होता.

मागोमाग पाचशे-सहाशे हत्यारबंद धारकरी दौडत येत होते.

एका काळ्या घोड्यावर खुद्द राजर्षी छत्रपती शिवाजीराजे बसले होते.

डोक्यावरील मंदिलावरचा मोत्याचा तुरा हिंदळत होता. राजांची ती प्रसन्न मंगलमूर्ती नजरेस पडू लागली.

पांढराशुभ्र अंगरखा, त्यावर घातलेली आभूषणे, गळ्यात भोसले कुळाची कवड्यांची माळ.

शिवगंधाने भव्य कपाळ रेखाटले होते.

काळी रेखीव दाढी आणि चेहऱ्यावर नेहमीचे स्मितहास्य.

कमरेला भवानी तलवार लटकत आणि कट्यार दिसत होती.

घोड्याचा लगाम खेचला आणि राजे रिकिबीत पाय ठेवून पायउतार झाले. त्यांचा घोडा धरायला एक शिलेदार पुढे धावला.

साऱ्या जंगलात कमालीची शांतता पसरली.

महाराजांना पाहताच सर्वांच्या कमरा मुजऱ्यासाठी खाली झुकल्या.

डोळे बंद करून एक हात छातीवर ठेवत महाराजांनी तो मुजरा स्वीकारला.

राजे हसतच खंडोजीजवळ येऊ लागले.

खंडोजी भांबावून गेला व सावरला.

राजांच्या मागून एक पहिलवान गडी, कमरेला तलवार, पाठीवर ढाल अडकवून लगबगीने समोर आला.

राजे बोलले, 'यशवंत, तुझा खंडोजी हल्ली चांगलाच तयारीचा दिसत आहे.'

त्या युवकाने हसत दुजोरा दिला, 'होय राजे, आता काय, तुम्ही लग्नाला परवानगी दिलीत. राजे शिर्क्यांची लेक म्हणजे लक्ष्मीच पदरात पडत आहे म्हटल्यावर अंगावर बाळसे तर दिसणारच ना!'

असे म्हणताच खंडोजी व सावित्री पुरती लाजून गेली. इतर लोक हसू लागले.

सखारामचे डोळे मात्र विस्फारले.

राजांच्या सोबत जो यशवंता होता. तो, तोच तर खंडोजी म्हणून आमच्यासोबत चार दिस या जंगलात फिरत व्हता. सखारामची पाचावर धारण बसली.

राजे येसाजी शिर्के समोर आले व त्यांनी राजांना मुजरा केला.

ते बोलू लागले, 'राजे, आता रायगड परिसरात केवळ भगव्या झेंड्याचे राज्य आहे. आता इथला दगड आणि दगड तुमच्या सोबत आहे.'

राजे हसले आणि बोलले, 'राजे शिर्के, हे तर श्रींचे काम आहे. माझे एकट्याचे नाही.

तुम्ही मनावर घेतले म्हणून इतक्या कमी वेळेत हे साधले.

स्वराज्याची राजधानी म्हणून आम्ही रायगड निवडला; पण त्या राजधानीच्या अस्तनीतील निखारे तुमच्यामुळे बाजूला झाले. आता आमच्या डोक्यात केवळ दक्षिण दिग्विजय आहे.

राजे सावित्रीकडे पाहत बोलले, 'सावित्री, तुझ्यासारख्या मुली ही खरी स्वराज्याची दौलत आहे.

चुलीपुढे काम करणारे हात स्वातंत्र्यासाठी रणांगण गाजवू शकतात, हे तुझ्या कृतीने तू दाखवून दिलेस. खंडोजी, तू मोठा भाग्यवान आहेस. तुला सावित्रीसारखी पत्नी मिळत आहे.' खंडोजी मान खाली घालून केवळ ऐकत होता.

'आणि बाजिंद?'

राजांच्या आवाजाने बाजिंदने पुन्हा मुजरा केला.

राजे बोलू लागले,

'महाराष्ट्र ही बुद्धिवंतांची जननी; पण बुद्धीबरोबर कर्तव्य, स्वाभिमान, संस्कृतीची जपणूक करणारे तुमच्यासारखे वीर आम्हाला भेटले नसते, तर असे हजारो शिवाजी मिळूनही महाराष्ट्र स्वतंत्र झाला नसता.'

यावर बाजिंद बोलू लागला,

'राजे, असे बोलून मला लाजवू नये. शंभर वर्षे आम्ही आमच्या मूळ पुरुषाचा हा अनमोल ठेवा जणू काही तुमची वाट बघत जपला होता. आता आम्हाला मरण जरी आले तरी आम्ही तयार आहोत.

हिंदवी स्वराज्याचे हे पवित्र कार्य आसेतू हिमाचल असेच सुरू राहील, यासाठी आम्ही सारेच जिवाची बाजी लावू.'

राजे हसले, 'आपण सारेच जिवाची बाजी लावून काम करूयात. या.'

जगायचे तर स्वतःच्या भूमीत, स्वतंत्र भूमीत. नाहीतर लढता लढता मरण पत्करायचे,'

वस्तादकाकांकडे पाहत राजे बोलले,

'काका, आम्हास माफ करा. हा सारा खेळ तुमच्या अपरोक्ष आम्ही अमलात आणला.

कारण कमी वेळेत खूप काही साधायचे होते. सर्वांना सांगत बसलो असतो तर अजून दहा वर्षे रायगडमध्ये देवाधर्माचे राज्य आणणे अवघड होते.

जे विरोध करत होते, ते आपलेच लोक होते. त्यामुळे ही नीती आम्हाला अमलात आणावी लागली. चला, निघतो आम्ही. पुढची तयारी काय असेल ते हा यशवंता तुम्हाला सांगेल. येतो आम्ही.'

आणि आल्यापावली राजे घोड्यावर स्वार झाले आणि रायगडाच्या वाटेला निघून गेले. मागोमाग महाराजांची शिवगंगा दौडत निघाली.

सारेच थक्क झाले होते राजांच्या बोलण्याने.

वस्तादकाकांना खूण करत यशवंताकडे पाहत सखाराम म्हणाला,

'काका, आमच्यासोबत जे चार दिवस खंडोजी बनून आले होते, ते हेच.'

यशवंता हसत हसत सर्वांच्या जवळ आला आणि सखारामला म्हणाला,

'काय सखाराम, तुमचं काम झालं म्हणं?

मंजी महाराज म्हणत व्हतं, की अतापास्नं टकमकावरनं एकबी हरामखोर टाकणार नाय.

बेस झालं बगा तुमचं.'

आता मात्र सखारामला हुंदका आवरणे अशक्य झाले. त्याने रडतच यशवंताच्या

पायाला मिठी मारली आणि बोलू लागला,
'मला कायबी समजंना, कोण आहे तुमी? आमच्या गरीब लोकांना देव म्हणून भेटलासा. तवा खंडोजी आणि आता यशवंता. खरं कोण हायसा तुम्ही ते तर सांगा.'
बाजूला उभा असलेला खंडोजी हसतच बोलला,
'सखाराम, हेच आहेत आमचे बहिर्जी नाईक.
हिंदवी स्वराज्याचे गुप्तहेर प्रमुख.'
आणि सखारामच्या अंगावर सरसरून काटा आला.
त्याला सर्व गोष्टींचा उलगडा होऊ लागला, की उंबराचं फूल म्हणताच आम्हाला रायगडावर एवढा का मान मिळत होता? हा जवळ असला की आमचा घोडा का पळून जात होता.
बहिर्जी नाईकांनी खंडेराय बनून का आम्हास्नी रायगड दावला? आणि रात्रीच्या वेळी ते कुठे गायब होत होते? हा प्रश्न मात्र सखारामने बहिर्जी नाईकांना केला.
नाईक हसले आणि बोलले, 'गड्या, या खंडोजीने स्वराज्यासाठी खूप काही भोगले आहे. हा वेडा स्वत:हून तर काय हे लोकांना सांगणार नाही. म्हणून तुमच्या कानावर याची महती घातली.
रात्रीच्या वेळी स्वराज्याच्या महत्त्वाच्या बातम्या स्वराज्यातील अनेक हेरांकडून मला मिळत असायच्या. त्यामुळे मला जावे लागत असे. सावित्रीने मला याकामी खूप मदत केली. जराही शंका न येऊ देता तुम्हाला सर्व काही समजून सांगितले तिने.
वस्तादकाकासारखा निष्ठावान हेर नक्कीच याचा मागोवा काढत तुम्हाला इथवर आणणार, हे आम्हाला ठाऊक होते. काय काका, बरोबर ना?
बहिर्जी नाईक हसत हसत बोलत होते आणि वस्तादकाकांना अश्रू अनावर झाले.
नाईक, तुमची निष्ठा, तुमची खेळी जगात कुणालाच समजणार नाही बघा. तुमच्यासारख्या अधिकाऱ्यांच्या हाताखाली आम्ही तयार झालो, हे आमचे नशीब.
अहो, नशीब काय काका, या भणंग भिकाऱ्या बहिर्जीच्या आयुष्यात शिवाजी नावाच्या परिसाचा स्पर्श झाला आणि आयुष्याचे सोने झाले. नाहीतर गावोगावच्या यात्रेजत्रेत सोंग करत भिका मागत हिंडलो असतो. जे काय आहे त्याचे श्रेय केवळ महाराजांच्या जीवनकार्याला आहे काका.
आपल्या सर्वांच्या आयुष्यातून शिवाजी वजा केले तर शिल्लक काहीच उरत नाही.
तुम्हाला इथवर आणणे, खंडोजीकडून शिर्क्यांना स्वराज्यात आणणे, शिर्क्यांच्या

कडून शंभर राज्ये स्वराज्यात घेणे, याचा सूत्रधार जो कोणी आहे त्याचे नाव म्हणजे 'शिवाजी महाराज.' त्यांना विचारल्याशिवाय आणि त्यांच्या आदेशाशिवाय हा बहिर्जीच काय स्वराज्यातला अणूरेणुसुद्धा निर्णय घेऊ शकत नाही.'

बाजिंद हे सारे ऐकत होता आणि त्याच्याही अश्रूंचा बांध फुटला होता.

तो मनोमन विचार करत होता,

'आजवर या बाजिंदने उगाच जगाला घाबरवून फुशारकी मारली; पण आज कळून चुकले होते, खरे बाजिंद तर छत्रपती शिवाजी महाराज आहेत.

दूरवर दौडत निघालेल्या महाराजांच्या फौजेकडे तो पाहू लागला. सोबत मावळत्या सूर्याच्या संधिप्रकाशात भगवा झेंडा फडफड फडकत निघाला होता.

बाजिंद पूर्वार्ध समाप्त
उत्तरार्ध थोड्याच दिवसांत

❖

www.ingramcontent.com/pod-product-compliance
Lightning Source LLC
LaVergne TN
LVHW092356220825
819400LV00031B/392
* 9 7 8 9 3 8 6 4 5 4 5 7 7 *